வண்ண வண்ணச் சொல்லெடுத்து...

வண்ண வண்ணச் சொல்லெடுத்து...

என். சொக்கன்

ZDP SPECIFICS

Title: Vanna Vanna Solleduthtu
Author's Name: N. Chokkan

Published by ZDP Specifics

SPECIFICS

ZDP Specifics
(An imprint of Zero Degree Publishing)
No.75 & 76, I Floor, Kuppusamy Street,
Balaji Nagar,
Padi,
Chennai - 600050

Website: www.zerodegreepublishing.com
E Mail id: zerodegreepublishing@gmail.com
Phone: 89250 61999

ZDP Specifics First Edition : August 2025

ISBN : 978-93-48439-78-9

TITLE NO ZDPS : 116

Rs. 100/-

Layout: G.Selva kumar
Cover Design: Vijayan, Creative Studio
Printed at Rathna Offset, Chennai, India

உள்ளே...

1. இன்னொரு வாசல் எப்போதும் உண்டு!

'எனக்கெல்லாம் பொறந்தநாள் ஒரு கேடா? போங்கடா!'

வரதராஜன் இப்படி அலட்சியமாகச் சொன்னபோது நாங்களெல்லாம் உண்மையாக அதிர்ந்துபோய்விட்டோம். நல்ல அறிவாளி, திறமையாளன், துடிப்பானவன், சுறுசுறுப்பானவன், ஒரே நேரத்தில் ஏழெட்டு வேலைகளை இழுத்துப் போட்டுக்கொண்டு அவை அனைத்தையும் சிறப்பாகச் செய்கிறவன், கல்லூரியில் பேராசிரியர்கள், மாணவர்கள் எல்லாரிடமும் நல்ல பெயர் வாங்கியிருக்கிறவன், ஒரு மிக நீண்ட வெற்றி வாழ்க்கை தனக்குமுன் காத்திருக்கிற இளைஞன்... அவனுடைய பிறந்தநாளைக் கொண்டாடாமல் வேறு எதைக் கொண்டாடுவது?

ஆனால், நாங்கள் எவ்வளவு வற்புறுத்தியபோதும் வரதராஜன் தன்னுடைய பிறந்தநாள் கொண்டாட்டத்துக்கு ஒப்புக்கொள்ள மறுத்துவிட்டான். 'நீ ஒரு பைசா கொடுக்கவேணாம்டா, எல்லாத்தையும் நாங்க பார்த்துக்கறோம்' என்று சொன்னபோதும் அவன் இறங்கிவரவில்லை.

அதன்பிறகு என்ன செய்வது? அவனுடைய பிறந்தநாள் எந்த மகிழ்ச்சி நினைவுகளும் இல்லாமல் பத்தோடு பதினொன்றாக விரைந்தோடியது. நாங்களும் அதை மறந்து வழக்கமான வேலைகளுக்குத் திரும்பினோம்.

சில மாதங்களுக்குப் பிறகு ஒருநாள், தன்னுடைய அன்றைய பிடிவாதத்துக்கான காரணத்தை வரதராஜனே வெளிப்படையாகச் சொன்னான், 'பள்ளிக்கூடத்துல படிக்கும்போது நான் ஒருத்தியைக் காதலிச்சேன்டா. ஒருவாட்டி, என்னோட பிறந்தநாள் அன்னிக்குதான் நான் அவகிட்ட என்னோட காதலைச் சொன்னேன். ஆனா அவ, ரொம்ப அசிங்கமாத் திட்டி, ஊரையெல்லாம் கூப்பிட்டுக் கேவலப்படுத்திட்டா. அதுக்கப்புறம், பிறந்தநாள்ன்னாலே ஒரு வெறுப்பு. வருஷத்துல 364 நாள் மட்டும் இருந்தாப் போதும், இந்த ஒருநாள் மட்டும் வராம இருந்தா நல்லதுன்னு நினைக்கத் தொடங்கிட்டேன்.'

இதைக் கேட்ட நாங்கள் திகைப்போடும் பரிதாபத்தோடும் வரதராஜனைப் பார்த்துக்கொண்டிருந்தபோது, எங்களில் யாரோ ஒருவன் மட்டும் இதயத்தால் சிந்திக்காமல் மூளையால் சிந்தித்திருக்கிறான்போல. அந்த நண்பனுடைய பெயர்கூட இப்போது எனக்கு நினைவில்லை. ஆனால், அன்றைக்கு அவன் வரதராஜனுக்குச் சொன்ன அறிவுரைமட்டும் இன்னும் என் காதில் கேட்டுக்கொண்டிருக்கிறது.

'தடுமாறுறது, கீழ விழறது, தோத்துப்போறதெல்லாம் எல்லாருக்கும் நடக்கறதுதான். அது ஒருவாட்டி நடந்துடுச்சுங்கறதால எப்பவும் அதுதான் நடக்கும்ன்னு நினைக்கத் தொடங்கிட்டா நம்மால எதுவும் செய்யமுடியாது. அதிலிருந்து வெளிய வரத்தான் வேணும். உணர்ச்சிவயப்படாமல் அறிவியல் அடிப்படையில யோசிச்சாலும், ஒரு தோல்வி அடுத்தடுத்த தோல்விகளுக்கான தொடக்கம்ங்கறது உண்மையில்லை. முன்னாடி நடந்தது எப்படி இருந்தாலும் இனி நடக்கப்போறது நல்லா இருக்கும்ங்கற நம்பிக்கை வரணும். அதுதான் உனக்கு எப்பவும் துணையா நிக்கும்.'

தமிழ்த் திரையுலகம் எத்தனையோ பிறந்தநாள் பாடல்களைப் பார்த்திருக்கிறது. அவையெல்லாம் கொண்டாட்டங்கள், வாழ்த்துகள், பூத்தூவல்கள், மகிழ்ச்சிப் பதிவுகள். அவற்றுக்கு நடுவில், பிறந்தநாள் கொண்டாடும் மனநிலையில்கூட இல்லாத ஒருத்திக்கு அவளுடைய நண்பன் மருந்து போடுவதுபோல் அமைந்த இந்த மென்மையான பாடல் எனக்கு மிகவும் பிடித்தமானது.

நலம் வாழ எந்நாளும்
என் வாழ்த்துக்கள்,
தமிழ் கூறும் பல்லாண்டு
என் வார்த்தைகள்.
இளவேனில் உன் வாசல் வந்தாடும்,
இளந்தென்றல் உன்மீது பண்பாடும்.

தமிழில் 'பல்லாண்டு' என்னும் சொல் பல ஆண்டுகளை மட்டும் குறிப்பதில்லை, பலப்பல ஆண்டுகள் நீண்டு வாழ்க, என்றென்றும் நலத்துடன் வாழ்க என்று மனமார வாழ்த்தும் சொல் அது. பெரியாழ்வார் திருமாலுக்குச் சொன்ன அந்த வாழ்த்தை இந்த நண்பன் தன்னுடைய தோழியின் பிறந்தநாளுக்கு வழங்குகிறான்.

அவன் வெறுமனே வாழ்த்துவதுடன் நின்றுவிடவில்லை, அவளுடைய சோர்வுக்கான காரணத்தைக் கண்டுபிடித்துக் களைய முனைகிறான்.

மனிதர்கள் சில நேரம் நிறம் மாறலாம்,
மனங்களும் அவர் குணங்களும் தடம் மாறலாம்,
இலக்கணம் சில நேரம் பிழையாகலாம்,
எழுதிய அன்பு இலக்கியம் தவறாகலாம்.

நம்மைச் சுற்றியிருக்கிறவர்கள், நாம் அன்பாக விரும்பியவர்கள் மாறிவிட்டால், அதையே எண்ணிக்கொண்டு வருந்துவதா? தேவையில்லாத நச்சு உறவுகளை வெட்டிப்போட்டு முன்னேறுவதல்லவா அறிவார்ந்த செயல்? அதை ஓர் அழகான உவமையுடன் விளக்குகிறது அவன் பாடல்:

விரல்களைத் தாண்டி,
வளர்ந்ததைக் கண்டு,
நகங்களை நாமும்
நறுக்குவதுண்டு,
இதில் என்ன பாவம்?
எதற்கு இந்தச் சோகம்?

வாழ்க்கை ஒரு வட்டம்தான். இன்று தோற்பவன் நாளை வெல்வான். சூரியன் தோன்றி மறைந்து மறுபடி தோன்றுவதும், அலைகள் எழுந்து விழுந்து மறுபடி எழுவதும் நமக்கு இயற்கை நடத்தும் பாடங்கள்:

கிழக்கினில் தினம் தோன்றும் கதிரானது,

மறைவதும் பின்பு உதிப்பதும் மரபானது.

கடல்களில் உருவாகும் அலையானது,

விழுவதும் பின்பு எழுவதும் இயல்பானது.

அனைத்தும் இயற்கை கொடுத்ததுதான் என்று மனிதன் சுணங்கியிருக்கவேண்டியதில்லை. இருளை விரட்ட நிலவு போதாவிட்டால் விளக்கைப் படைத்து அவன் ஒளியைப் பெற்றுக்கொள்வான்.

நிலவினை நம்பி இரவுகள் இல்லை,

விளக்குகள் காட்டும் வெளிச்சத்தின் எல்லை.

நிறைவாக, ஒரு வாசல் மூடப்படும்போது, அதையே வெறித்துப் பார்த்து வருந்திக்கொண்டிருப்பதைவிட, இன்னொரு வாசல் எங்கோ திறந்திருக்கிறது என்று நம்புவதும் சுற்றிப் பார்ப்பதும் நமக்குப் புதிய பாதையை வழங்கி வழிகாட்டும் என்கிறான் அவன்.

ஒரு வாசல் மூடி,

மறுவாசல் வைப்பான் இறைவன்.

'மறுபடியும்' என்ற திரைப்படத்தில் கவிஞர் வாலி எழுதிய இந்தப் பாடலை இளையராஜா இசையில் எஸ்.பி. பாலசுப்ரமணியம் பாடியுள்ளார். பிறந்தநாள் கொண்டாடுவோருக்கு மட்டுமில்லை, இம்மண்ணில் பிறந்த எல்லார் மனத்திலும் அமைதியை விதைத்து நம்பிக்கையை ஊறவைக்கும் பாடல் இது.

பல ஆண்டுகளுக்குமுன், கவிஞர் வாலி திரையுலகில் வாய்ப்பு தேடிக்கொண்டிருந்த நேரம். சரியான வாசல்கள் திறக்காமல் சோர்ந்து போயிருந்தார் அவர். அந்த நேரத்தில், 'மயக்கமா, கலக்கமா, மனதிலே குழப்பமா' என்ற கண்ணதாசன் பாடலைக் கேட்டுத்தான் புது நம்பிக்கை பெற்றதாகவும், ஊக்கத்துடன் தொடர்ந்து போராடி வென்றதாகவும் அவர் எழுதியிருக்கிறார். அந்தப் பாடலில் எனக்கு மிகவும் பிடித்த ஒரு பகுதி:

வாழ்க்கை என்றால் ஆயிரம் இருக்கும்,
வாசல்தோறும் வேதனை இருக்கும்,
வந்த துன்பம் எதுவென்றாலும்
வாடி நின்றால் ஓடுவதில்லை!

கண்ணதாசன் தனக்குக் கொடுத்த நம்பிக்கையை நெம்புகோலாகக் கொண்டு வெற்றிபெற்ற வாலி அதற்குச் செய்த பதில் மரியாதையாகத்தான் 'நலம் வாழ' பாடலை எண்ணத்தோன்றுகிறது. இப்படி ஒவ்வொருவரும் நம்பிக்கையை அடுத்தடுத்தவர்களுக்குப் பரப்பும் உலகில் நலம் நிரந்தரமாக வாழும்!

★★★

2. வீணர் சொல்லைக் கேட்கவேண்டாம்

நாளிதழில் ஒரு வேலைக்கான அறிவிப்பு வெளியாகியிருக்கிறது. அதை இரண்டு பேர் படிக்கிறார்கள். அவர்கள் இருவரும் ஒரே கல்விப் பின்னணி, திறமைகள், அனுபவங்களைக் கொண்டவர்கள்தான், அந்த வேலைக்கு முழுத் தகுதி உள்ளவர்கள்தான். ஆனால், அந்த அறிவிப்பைப் படித்ததும் அவர்களுடைய மனத்தில் தோன்றும் எண்ணங்கள் முற்றிலும் வேறுவிதமாக இருக்கின்றன.

முதல் நபர், ‘அட, இது பிரமாதமான வேலை, மிக நல்ல வாய்ப்பு. நான் உடனடியா இதுக்கு விண்ணப்பம் போடப்போறேன். இந்த வேலை எனக்குத்தான் கிடைக்கும்’ என்று நினைக்கிறார்.

இரண்டாவது நபர், ‘இந்த வேலைக்கு இவங்க எதிர்பார்க்கிற திறமைகள், தகுதிகளையெல்லாம் படிச்சுப் பார்த்தா, எனக்கும் இதுக்கும் ஏணி வெச்சாக்கூட எட்டாது. நான் இதுக்கு விண்ணப்பம் போடப்போறதில்லை’ என்று நினைக்கிறார்.

கிட்டத்தட்ட ஒரே மாதிரியான பின்னணிகளைக் கொண்ட இருவர் ஒரே விளம்பரத்தைப் படித்துவிட்டு இப்படி இருவிதமாக நினைக்கிறார்கள் என்றால், அதற்கு என்ன காரணம்?

இந்தப் புதிருக்கான விடை நிகழ்காலத்தில் இல்லை, கடந்த காலத்தில் இருக்கிறது. நாம் பல ஆண்டுகள் பின்னோக்கிச்

சென்றால்தான் அவர்களுடைய இப்போதைய சிந்தனைக்கான காரணத்தைப் புரிந்துகொள்ள இயலும்.

முதல் நபர் சிறுவயதில் அன்பான உறவுகளுக்கு நடுவில் வளர்ந்தவர். அவருடைய தந்தையும் தாயும் மற்ற உறவினர்களும் நண்பர்களும் அவரை ஊக்குவித்து வளர்த்திருக்கிறார்கள், 'இதைச் செய்', 'அதைச் செய்' என்று வழிகாட்டியிருக்கிறார்கள், அவர் நன்றாகச் செய்தபோது கைதட்டிப் பாராட்டியிருக்கிறார்கள், சொதப்பியபோது, 'பரவாயில்லை, அடுத்தவாட்டி இன்னும் நல்லாச் செய்யலாம்' என்று தெம்பு கொடுத்திருக்கிறார்கள். அதனால் அவர் 'என்னால் முடியும்' என்கிற நம்பிக்கையுடன் வளர்கிறார்.

இரண்டாம் நபர் இதற்கு நேர்மாறான குழந்தைப் பருவத்தைக் கண்டிருக்கிறார். அவரைச் சுற்றியிருக்கிற எல்லாரும் 'நீ என்ன பெரிய ஆளா?' என்னும்விதமாகத்தான் அவரை நடத்தியிருக்கிறார்கள். யாரும் நம்பிக்கை தரும்விதமாகப் பேசவில்லை, வழிகாட்டவில்லை, நன்கு செய்தவற்றைப் பாராட்டவில்லை, ஆனால் தோற்கும்போது விமர்சனமும் 'உனக்கு இதெல்லாம் தேவையா?' என்கிற பேச்சும் கண்டிப்பாக உண்டு. அதனால் அவர் 'நான் எதற்கும் தகுதியில்லாதவன்' என்கிற நம்பிக்கையுடன் வளர்கிறார்.

இது சற்று மிகைப்படுத்தப்பட்ட எடுத்துக்காட்டுதான். ஆனால், சிறுவயதில் ஒரு குழந்தையின் மனத்தில் பதியும் எண்ணங்கள்தான் அவருடைய முழு வாழ்க்கையையும் தீர்மானிக்கின்றன என்பதை நாம் பெரும்பாலும் உணர்வதில்லை. *The Biology of Belief* என்ற புத்தகத்தை எழுதிய டாக்டர் ப்ரூஸ் லிப்டன் ஏழு வயதுவரை குழந்தைகள் ஸ்பாஞ்சுகளைப்போல்தான் என்கிறார். அதாவது, தங்களைச் சுற்றியுள்ள எல்லாரும் சொல்கிற அனைத்தையும், சின்னச் சின்ன விஷயங்களைக்கூட அவர்கள் அப்படியே உறிஞ்சிக்கொண்டு விடுவார்களாம். வளர்ந்த பிறகு தாங்கள் எப்படி நடந்துகொள்ளவேண்டும், என்ன செய்யவேண்டும், என்ன செய்யக்கூடாது, எந்தச் சூழ்நிலையில் எப்படி எதிர்வினையாற்ற வேண்டும் என்று அனைத்தையும் அவர்கள் தீர்மானிப்பதற்கு இந்தச் சிறுவயது நம்பிக்கைகள்தான் துணைநிற்கின்றனவாம்.

ஒருவர் இப்படிப்பட்ட தவறான சிறுவயது நம்பிக்கைகளை உடைத்துக்கொண்டு வெளிவரலாம். ஆனால், அதற்கு மிகுந்த

உழைப்பும் நம்பிக்கையும் தேவை. அவ்வளவு சிரமம் எதற்கு? சிறுவயதிலேயே சரியான நம்பிக்கையைக் கொடுத்துவிடலாமே!

தமிழ்ச் சூழலில் தந்தை, தாய் இந்தப் பணியைச் செய்கிறார்களோ, இல்லையோ, திரைப்படப் பாடல்களும் கவிஞர்களும் அதைத் தொடர்ச்சியாகச் செய்துவந்திருக்கிறார்கள், ஒட்டுமொத்த மாநிலத்துக்கும் நம்பிக்கையூட்டியிருக்கிறார்கள். அவ்விதத்தில் நம்மை உருவாக்கிய மிகச் சிறந்த பாடல்களில் ஒன்று, ஜி. ராமநாதன் இசையில் பட்டுக்கோட்டை கல்யாணசுந்தரம் எழுதி டி.எம். சௌந்தர்ராஜன் பாடிய 'சின்னப் பயலே, சின்னப் பயலே, சேதி கேளடா!'

ஒரு பிள்ளை வளரும்போது ஒவ்வொரு கட்டத்தையும் பெற்றோர் ஆசையுடன் பார்த்து மகிழ்வார்கள். ஆனால், உடல் வளர்ச்சியைவிட, அறிவு வளர்ச்சி அவர்களுக்கு மேலும் மகிழ்ச்சியூட்டும். அதற்கு அவர்கள் சுற்றியுள்ள உலகத்தைப் பார்த்து, கேட்டு, படித்துப் புரிந்துகொள்ளவேண்டும், பயிற்சியெடுக்கவேண்டும். அறிவை மட்டுமின்றி, தன்மானம் போன்ற பண்புகளையும் பழகிக்கொள்ளவேண்டும்:

'ஆளும் வளரணும்,
அறிவும் வளரணும்,
அதுதான்டா வளர்ச்சி, உன்னை
ஆசையோடு ஈன்றவளுக்கு
அதுவே நீ தரும் மகிழ்ச்சி.
நாளும் ஒவ்வொரு
பாடம் கூறும்
காலம் தரும் பயிற்சி, உன்
நரம்போடுதான்
பின்னி வளரணும்
தன்மான உணர்ச்சி.'

அறிவு வளரும்போது, இதயத்தை மறந்துவிடக்கூடாது. மனிதத்தை மறந்தவர்கள் எப்பேர்ப்பட்ட அறிஞர்களாக இருந்தும் பயனில்லை. எல்லா உயிர்களின்மீதும் அன்பு வைத்துத் தன்னுடைய

உழைப்பைக் கொடுக்கத் தயாராக இருக்கிறவர்கள்தான் உலக முன்னேற்றத்துக்குப் பங்களிக்கிறார்கள்.

‘மனிதனாக வாழ்ந்திடவேணும்,
மனத்தில் வையடா,
வளர்ந்துவரும் உலகத்துக்கே, நீ
வலது கையடா.’

பட்டுக்கோட்டையார் பொதுவுடைமைச் சிந்தனை கொண்டவர். அந்த எண்ணத்தைக் குழந்தைப் பருவத்திலேயே ஊட்டி வளர்த்துவிட முயல்கிறார், ‘எல்லா வளங்களும் சிலரிடம் குவிந்து கிடக்கிற நிலைமையை மாற்றுவதற்கு நீ பாடுபடு, உன்னிடம் உள்ளவற்றைத் தேவை உள்ளவர்களுக்குப் பகிர்ந்து கொடு, எல்லாம் தானாக மாறும் என்று இருந்துவிடாதே!’ என்கிறார்.

‘தனியுடைமைக் கொடுமைகள் தீரத்
தொண்டு செய்யடா,
தானா எல்லாம் மாறும் என்பது
பழைய பொய்யடா.’

சிறு குழந்தைக்கு எது சாத்தியம், எது சாத்தியமில்லை என்பது தெரியாது. அதனால், தவறான விஷயங்களை, குறிப்பாக, மூட நம்பிக்கைகளை அவர்கள் மனத்தில் விதைப்பது பெரிய கொடுமை. அதையெல்லாம் ‘வேலையற்ற வீணர்களின் மூளையற்ற வார்த்தைகள்’ என்கிறார் பட்டுக்கோட்டையார், ‘அதை நம்பி நீ வெம்பிவிடாதே’ என்கிறார்.

மரத்தில் தோன்றிய காய் முறையாகப் பழுக்காமல் சூடாகி வாடுவதைத்தான் வெம்புதல் என்பார்கள். மூட நம்பிக்கைகளை நம்புகிறவர்களுடைய வாழ்க்கையும் அப்படி வெம்பிப்போகும் என்று பட்டுக்கோட்டையாரின் வரிகள் விளக்குகின்றன, அவற்றை நம்பி வீட்டுக்குள் சுருண்டு கிடக்காமல் வெளிவந்து உலகை வெல்லச்சொல்கின்றன.

‘வேப்ப மர உச்சியில் நின்னு
பேய் ஒண்ணு ஆடுதுன்னு

விளையாடப்போகும்போது சொல்லிவைப்பாங்க, உன்
வீரத்தைக் கொழுந்திலேயே கிள்ளிவைப்பாங்க.
வேலையற்ற வீணர்களின்
மூளையற்ற வார்த்தைகளை
வேடிக்கையாகக்கூட நம்பிவிடாதே, நீ
வீட்டுக்குள்ளே பயந்துகிடந்து வெம்பிவிடாதே.'

பெற்றோர் தங்கள் குழந்தைக்கு ஏற்ற வீடு, உணவு, உடைகள், பொம்மைகள், பள்ளி, கணினி என்று ஏதேதோ வாங்கிக்கொடுக்கிறார்கள். இவற்றையெல்லாம் தாண்டி அவர்கள் அந்தப் பிள்ளைக்குத் தரக்கூடிய மிகப்பெரிய பரிசுகள், நல்லதைச் சொல்லித்தருவதும், 'உன்னால் எதுவும் முடியும்' என்று ஊக்கப்படுத்துவதும்தான். அந்தக் குழந்தை அந்தச் சொற்களைப் பற்றிக்கொண்டு இமயத்தில்கூட ஏறிவிடும்.

★★★

3. புது சுகம்

என்னுடைய நண்பர் ஒருவர் கோடை விடுமுறைக்குப் பெங்களூரு வந்திருந்தார். அவருக்கு ஒரு மகன். நான்கு வயது. துறுதுறுவென்று ஓடித் திரிகிற சிறுவன். ஆனால், அவனுடைய ஓட்டமும் திரிதலும் உள்ளங்கையில்தான்.

'இவன் பிறக்கும்போதே கையில ஃபோன் வெச்சிருந்தான்னு நினைக்கறேன்' என்று என் நண்பர் நகைச்சுவையாகச் சொன்னார். ஏனெனில், அவன் விழித்திருக்கும் நேரமெல்லாம் செல்ஃபோனோடுதான் இருந்தான், விதவிதமான வீடியோக்கள், விளையாட்டுகளை நில்லாமல் பார்த்துக்கொண்டிருந்தான்.

குறிப்பாக, சாப்பிடும்போது அவனுக்கு எதிரில் செல்ஃபோன் இருக்கவேண்டும். இல்லாவிட்டால் ஒரு வாய்கூட உள்ளே போகாது, வற்புறுத்தித் திணித்தாலும் மெல்லமாட்டான், விழுங்கமாட்டான். இதை அவனுடைய பெற்றோர் சலிப்பாகவோ வருத்தமாகவோ இல்லாமல் பெருமையாகத்தான் குறிப்பிட்டார்கள்.

ஒவ்வொரு நாளும் அவன் தூங்கி எழும்போது அவனுடைய செல்ஃபோன் 100% மின்சாரத்துடன் தயாராக இருக்கவேண்டும். அதை நாள்முழுக்கத் தேய்த்துப் பூஜ்ஜியமாகக் குறைத்துவிட்டு, செல்ஃபோனை மின்சாரத்துடன் இணைத்துவிட்டுத் தூங்கச் செல்வான். இதுதான் அவனுடைய அன்றாட வாழ்க்கை.

இந்தத் திரை மோகம் அந்தச் சிறுவனைப் பலவிதங்களில் பாதித்திருந்தது. செல்ஃபோனில் மூழ்கியிருக்கும்போது தன்னிடம் யாராவது பேசினால் அவனுக்குப் பிடிப்பதில்லை, பதில் சொல்வதில்லை, மறுபடி பேசினால் கோபம்கொண்டு கத்துகிறான். இதனால் அவன் யாருடனும் பழகுவதில்லை. அவனுக்கு நண்பர்கள் என்று யாரும் இல்லை. ஓடியாடி விளையாடத் தெரியாது. இதுபோன்ற தேவைகளும் இப்படி ஒரு மாற்று உலகமும் இருப்பதுகூட அவனுக்குத் தெரியவில்லை.

என் நண்பர் பெங்களூருக்கு அருகிலுள்ள ஒரு கோயிலைப் பார்க்க விரும்பினார். எல்லாரும் வாடகைக் கார் வைத்துக்கொண்டு கிளம்பினோம்.

அந்தப் பயணத்தின்போதும் அவன் செல்ஃபோனில்தான் மூழ்கியிருந்தான். சாலையின் இருபுறங்களிலும் விதவிதமாக விரைகிற அழகுக் காட்சிகளின்மீது அவனுக்குச் சிறிதும் ஆர்வமில்லை. மலையாகட்டும், மரமாகட்டும், குரங்காகட்டும், வானுயரக் கட்டடமாகட்டும்... எதையும் அவன் நிமிர்ந்து பார்க்கவில்லை. வற்புறுத்தித் தலையை நிமிர்த்தினாலும், ஒரு விநாடி பார்த்துவிட்டுச் சட்டென்று தலையைக் குனிந்துகொண்டுவிட்டான்.

'விடுங்க, அவன் அப்படித்தான்' என்றார் நண்பர். எனக்கென்னவோ அப்படி விட்டுவிட்டுதான் அவன் அப்படி இருக்கிறான் என்று தோன்றியது. உள்ளங்கைத் திரைக்கு வெளியில் என்ன உயர்வாக இருக்கிறது என்று சொல்லிக்கொடுத்தால், சுற்றிக் காண்பித்தால், ரசிக்கக் கற்றுக்கொடுத்தால்தானே பார்ப்பதற்கு இன்னோர் உலகம் உண்டு என்பது அவனுக்குப் புரியும்? கட்டுண்டு கிடக்கிறான் என்பதால் அப்படியே விட்டுவிடுவதா? சிறைக் கைதிக்குக்கூட நன்னெறிகளைச் சொல்லிக்கொடுத்துத் திருத்தி வெளியில் அனுப்ப முயல்கிறார்களே!

அந்தச் சிறுவனைப் பார்க்கும்போது, பல ஆண்டுகளுக்கு முன்னால் திரையில் கண்ட ஒரு நாயகி நினைவுக்கு வந்தாள். அவள் இயற்கையை ரசிக்க முடியாமல், ரசிக்கத் தெரியாமல், அது எப்படி இருக்கும் என்பதுகூடத் தெரியாமல் கட்டுண்டு கிடந்தவள். காரணம், அவளுடைய உறவினர்களுடைய அதீதப் பாதுகாப்பு உணர்வுதான். இவளை யாரும் பார்த்துவிடக்கூடாது, யாரும் இவளைப் பார்த்துவிடக்கூடாது என்று அவர்கள் கனமான திரை

போட்டுத் தடுக்க, அவள் தங்கக் கூண்டில் சிக்கிய பறவையாக வாழ்கிறாள்.

நல்லவேளையாக, அவளுக்கு உதவ ஒருவன் வருகிறான். அவள் அவனுடன் வெளியில் வருகிறாள், தாங்கள் வாழும் கிராமத்தை முதன்முறையாகக் கண்கள் விரியப் பார்க்கிறாள், அந்தப் பேரின்பத்தில் திளைக்கிறாள், இப்படி உலகம் முழுவதும் இருக்கிற பசுமையையெல்லாம் அள்ளியள்ளி மனத்தில் நிரப்பிக்கொள்ளவேண்டும் என்று ஏங்குகிறாள்:

போவோமா ஊர்கோலம்,
பூலோகம் எங்கெங்கும்!
ஓடும் பொன்னி ஆறும்
பாடும் கானம் நூறும்
காலம் யாவும் பேரின்பம்,
காணும் நேரம் ஆனந்தம்!

அவளை அழைத்துவந்தவனுக்கு இவள் இப்படி மகிழ்வதற்கான காரணம் புரியவில்லை. அரண்மனையில் வளர்ந்தவள் தரையில் நடப்பதா என்றுதான் அவன் தவிக்கிறான். அவளோ, 'இந்தச் சுகம் அரண்மனையில் ஏது?' என்கிறாள்.

அரண்மனை அன்னக்கிளி
தரையில நடப்பது நடக்குமா! அடுக்குமா!
பனியிலும், வெட்டவெளி வெயிலிலும்
உள்ள சுகம் அரண்மனை கொடுக்குமா!
குளுகுளு அறையில கொஞ்சிக் கொஞ்சித் தவழ்ந்தது
குடிசையை விரும்புமா?
சிலுசிலுசிலு என இங்கிருக்கும் காத்து
அங்க அடிக்குமா? கிடைக்குமா?

குடிசையில் வளர்ந்த அவனுக்கு, அரண்மனையும் குளுகுளு அறையும்தான் உயர்ந்த இன்பங்களாகத் தோன்றுகின்றன. 'அதை விட்டுட்டு யாராவது இங்க வருவாங்களா?' என்று திகைக்கிறான். இக்கரைக்கு அக்கரை பச்சை என்பதுபோல், அந்த

அரண்மனைப் பறவைக்கோ இக்கரையில் உள்ள இன்பங்கள்தான் வேண்டியிருக்கின்றன.

அவர்கள் தொடர்ந்து நடக்கிறார்கள், அவள் பார்க்கிற ஒவ்வொன்றையும் ரசித்து அனுபவித்துப் பாடுகிறாள்.

கொட்டுகிற அருவியும்

மெட்டுக்கட்டும் குருவியும்

அடடடா, அதிசயம்!

ரத்தினங்கள் தெறிக்குது,

முத்துமணி ஜொலிக்குது

நடந்திடும் நதியிலே!

கவிதை பாடும் காவேரி

ஜதியைச் சேர்த்து ஆடும்,

அணைகள் நூறு போட்டாலும்

அடங்கிடாம ஓடும்!

பனி, வெயில், காற்று, அருவி, குருவி, நதியெல்லாம் அவன் நாள்தோறும் பார்க்கிற விஷயங்கள். அதனால், அவளுடைய பரவசம் ஏன் என்று அவன் குழம்புகிறான்.

கற்பனையில் மிதக்குது,

கண்டதையும் ரசிக்குது,

இதில் என்ன ஒருசுகம்?

உச்சந்தலை சொழலுது,

உள்ளுக்குள்ள மயங்குது,

எனக்கொண்ணும் புரியலை!

இப்படி இவன் குழம்ப, அவள் ரசிக்க, அவர்கள் ஊர்முழுக்கச் சுற்றிவருகிறார்கள், அவள் தான் தேடி வந்த புதிய சுகத்தை மனம் நிறையத் தேக்கிக்கொள்கிறாள்.

வரப்பு, மேடும், வயலோடும்

பறந்து போவேன், பாரு.

அதிசயமான பெண்தானே!

புது சுகம் தேடி வந்தேனே!

இளையராஜா இசையில் எஸ்.பி. பாலசுப்ரமணியமும் சுவர்ணலதாவும் பாடிய இந்தப் பாடலை எழுதியவர் கங்கை அமரன். பண்ணைப்புரத்தில் பிறந்து வளர்ந்து, பின்னர் சென்னைப்புறத்துக்கு வந்த கவிஞர் இந்த மேசையின் இரு பக்கங்களையும் அறிந்திருக்கிறார். அதனால், அவர்கள் இருவருடைய உணர்வுகளையும் எளிய சொற்களில் சிறப்பாகப் பதிவுசெய்திருக்கிறார்.

அந்தக் கூண்டுக் கிளிக்கு ஊரைச் சுற்றிக்காட்டி உதவுவதற்கு ஒருவன் கிடைத்தான். உள்ளங்கையில் மட்டும் ஓடித் திரிந்துகொண்டிருக்கும் சிறுவர்களை ஊர்கோலம் அழைத்துச் செல்லப்போவது யார்? அவர்கள் கற்பனையில் மிதந்து கண்டதையும் ரசித்து வாழ்வை அனைத்து வண்ணங்களுடனும் புரிந்துகொண்டு மகிழ்வது எப்போது?

★★★

4. கடவுள் கேட்ட கேள்வி

பொதுவாக மக்கள் வாடகை வீட்டிலிருந்து சொந்த வீட்டுக்குச் செல்வார்கள். ஆனால், எனக்குத் தெரிந்த ஒரு தோழி அதற்கு எதிர்த்திசையில் நகர்ந்தார். அதாவது, அவர் தன்னுடைய சொந்த வீட்டை விட்டுவிட்டு வாடகை வீட்டுக்கு மாறினார்.

காரணம்... வேறென்ன? பெருநகரப் போக்குவரத்துச் சிக்கல்தான்!

விமலாவின் வீட்டுக்கும் அலுவலகத்துக்கும் கிட்டத்தட்ட இருபது கிலோமீட்டர் இடைவெளி. அதனால், நாள்தோறும் காலையிலும் மாலையிலும் மூன்றிலிருந்து நான்கு மணிநேரம் போக்குவரத்து நெரிசலில் சிக்கித் திணறினார் அவர். இதன்மூலம் அவருடைய தனிப்பட்ட வேலைகள் பாதிக்கப்பட்டன, உடல்நலம் சீர்கெட்டது.

அதனால், அவர் தன்னுடைய சொந்த வீட்டை யாருக்கோ வாடகைக்கு விட்டுவிட்டு, அலுவலகத்துக்கு அருகில் வீடு வாங்கிக்கொண்டு குடியேறிவிட்டார். 'இப்ப அஞ்சு நிமிஷம் நடந்தா ஆஃபீஸ். நிம்மதியா இருக்கேன்' என்றார்.

ஆனால், இந்தக் கதையெல்லாம் 2 மாதங்கள்தான். அதன்பிறகு, அவர் தன்னுடைய வாடகை வீட்டைக் காலி செய்துவிட்டுப் பழையபடி சொந்த வீட்டுக்கே சென்றுவிட்டார்.

'ஏன்? என்னாச்சு? இந்த வீடு சரிப்படலையா? வீட்டுக்காரர் ஏதாவது தொல்லை கொடுத்தாரா?' என்று விசாரித்தேன்.

'அதெல்லாம் ஒண்ணுமில்லைங்க' என்று சலிப்புடன் சொன்னார் அவர், 'வாடகை வீட்டுக்கு வந்தப்புறம் திடீர்னு ஒருநாள் என்னோட பழைய வீட்டுக்குப் போய்ப் பார்த்தேன். அங்க எனக்குப் பதிலாக் குடிவந்திருந்தவங்க அந்த வீட்டைக் குப்பைமாதிரி போட்டுவெச்சிருந்தாங்க. அது என் மனசுக்கு ரொம்பக் கஷ்டமாப் போச்சு. நாம பார்த்துப் பார்த்துக் கட்டின வீடு, அவ்வளவு அக்கறையா, சுத்தமாப் பராமரிச்ச வீடு, அதை இன்னொருத்தர் போட்டு உடைக்கறது எனக்குப் பிடிக்கலை. அதான், அங்கயே திரும்பிப் போயிட்டேன்.'

இந்தத் தோழியின் பேச்சு சிலருக்கு நகைச்சுவையாகத் தோன்றலாம். ஆனால், நாம் ஒரு கனவோடு உருவாக்கிய ஒரு விஷயத்தை இன்னொருவரிடம் ஒப்படைப்பதும், அவர்கள் அதை நம்மைப்போல் பார்த்துக்கொள்ளவில்லை என்பதை உணர்வதும் பெரிய வலிகள். குறிப்பாக, நாம் சிந்தித்த திசைக்கு எதிர்த்திசையில் சிந்திக்கிற ஒருவரிடம் அந்த விஷயம் சிக்கிவிட்டால் போச்சு, நம்முடைய மன நிம்மதி காணாமல் போய்விடும்.

ஒரு வீட்டுக்கே இப்படி என்றால், இந்த உலகத்தைப் படைத்து நம்மிடம் ஒப்படைத்த கடவுள் அதைப்பற்றி என்ன நினைப்பார்? அவருடைய எண்ணப்படிதான் நாம் இந்த உலகை நடத்துகிறோமா? இங்குள்ள செருக்கு, பொறாமை, சினம், பேராசை, கொலை, கொள்ளை, தீண்டாமை, பிறரை இழிவுபடுத்துதல், தன்னலம் போன்றவற்றைப் பார்த்தால் கடவுளுக்கு எப்படி இருக்கும் இன்னொருபக்கம் இயற்கை வளங்களை ஒவ்வொருவரும் மனம்போன போக்கில் சுரண்டிக்கொண்டிருப்பதைப் பார்த்தால் அவர் எப்படிப் பதறுவார்! 'எல்லாரும் வெளிய போங்கடா' என்று நம்மைப் பார்த்துக் கத்திவிடுவாரோ?

பல ஆண்டுகளுக்கு முன்னால், கவிஞர் கண்ணதாசனுக்கு இந்தக் கேள்வி வந்திருக்கிறது, 'சாந்தி நிலையம்' என்ற திரைப்படத்தில் எம்.எஸ்.விஸ்வநாதன் இசையில் பி. சுசீலா பாடிய ஒரு பாடலில், ஓர் அழகிய குழந்தைக் கதையின் மூலம் இதற்குப் பதிலும் சொல்லியிருக்கிறார்:

'கடவுள் ஒருநாள்

உலகைக் காணத்

தனியே வந்தாராம்,

கண்ணில் கண்ட

மனிதரை எல்லாம்

நலமா என்றாராம்.'

இந்த எளிய கேள்விக்குக் கடவுளே அசந்துபோகும்படி மனிதர்கள் பதில் சொல்லியிருக்கிறார்கள்:

'ஒரு மனிதன் வாழ்வை இனிமை என்றான்,

ஒரு மனிதன் அதுவே கொடுமை என்றான்.

படைத்தவனோ, உடனே சிரித்துவிட்டான்.'

உண்மையில் மனித வாழ்க்கை இனிமையா? கொடுமையா? இதைப் புரிந்துகொள்வதற்காகக் கடவுள் உலகைச் சுற்றிப்பார்க்கிறார், நடப்பதையெல்லாம் கவனித்ததும் அவருக்கு உண்மைகள் விளங்கத் தொடங்குகின்றன, 'உங்களையெல்லாம் கள்ளமில்லாத மனிதர்களாகத்தானே நான் உலகுக்கு அனுப்பிவைத்தேன்? நீங்கள் எப்படித் தீய குணங்களைக் கற்றுக்கொண்டீர்கள்?' என்று வியக்கிறார், 'இந்த உலகத்தின் வளங்களையெல்லாம் நீங்கள் சமமாக அனுபவித்து மகிழ்ச்சியாக இருக்கவேண்டும் என்றுதானே நான் சொன்னேன்? நீங்கள் ஏன் இது என் சொத்து, அது உன் சொத்து என்று பிரித்துக்கொண்டு சண்டை போடத் தொடங்கினீர்கள்?' என்று கேட்கிறார்.

'கள்ளம் இல்லாப் பிள்ளை உள்ளம் நான் தந்தது,

காசும் பணமும் ஆசையும் இங்கே யார் தந்தது?

எல்லை இல்லா நீரும் நிலமும் நான் தந்தது,

எந்தன் சொந்தம் என்னும் எண்ணம் ஏன் வந்தது?'

'இறைவனுக்கே இது புரியவில்லை,

மனிதரின் கொள்கை தெரியவில்லை.'

நல்லவேளையாக, கடவுள் மனிதனை நினைத்துச் சோர்ந்துவிடவில்லை, உலகில் நல்லவை இன்னும் மீதியிருக்கும் என்ற நம்பிக்கையில் தொடர்ந்து நடக்கிறார்.

சற்றுத் தொலைவில், ஒரு பள்ளிக்கூடம். அங்கிருக்கும் குழந்தைகளின்

அன்பான சிரிப்பையும் மகிழ்ச்சியான மனநிலையையும் கடவுள் பார்க்கிறார், அவருக்குள் மகிழ்ச்சி பொங்குகிறது. 'இதுதான் நான் கண்ட உலகம். கள்ளம் இல்லாத, பிறருடைய செல்வத்தைப் பறிக்க நினைக்காத உண்மை வாழ்க்கை' என்கிறார், 'பெரியவர்களே, இந்தக் குழந்தைகளைப் பார்த்து வாழக் கற்றுக்கொள்ளுங்கள்' என்று மக்களுக்கு அறிவுரை சொல்லிவிட்டுத் தன்னுடைய தேவலோகத்துக்குத் திரும்புகிறார்:

'பள்ளிக்கூடம் செல்லும் வழியில் கடவுள் நின்றானாம்,
பச்சைப் பிள்ளை மழலை மொழியில் தன்னைக் கண்டானாம்.
உள்ளம் எங்கும் வெள்ளம் பொங்கும் அன்பைக் கண்டாராம்,
உண்மை கண்டேன், போதும் என்று வானம் சென்றாராம்.'

'ஏழையின் சிரிப்பில் இறைவனைக் கண்டேன்' என்று சொல்வார்கள். இங்கு கண்ணதாசன் குழந்தையின் சிரிப்பில் இறைவன் தன்னைக் கண்டதாகச் சொல்கிறார். நாம் ஒவ்வொருவரும் கடவுள் வடிவங்களாகத்தான் பிறக்கிறோம். அதன்பிறகு, நம்மைச் சுற்றியிருக்கிறவர்களைப் பார்த்து, அவர்களுடைய நடைமுறைகளைக் கவனித்துப் பல விஷயங்களைக் கற்றுக்கொள்கிறோம். அதன்மூலம் நம் கடவுள்தன்மை குறையத் தொடங்குகிறது.

அதைவிடக் கொடுமை, வயதில் சிறியவர்கள் என்கிற ஒரே காரணத்தால் நாம் அந்தக் கடவுள்களுக்கு நம்முடைய குறுக்குவழிகளைச் சொல்லிக்கொடுக்கவும் வலியுறுத்தவும் தொடங்குகிறோம். அதாவது, நம் வாழ்க்கையை இனிமையாக்கக் கூடிய வழியை நாமே அடைத்துவிடுகிறோம்.

நல்லவேளையாக, இந்தச் சிக்கலுக்கான தீர்வு எளிதானது. நாம் வேறு எங்கும் அலைந்து திரியவேண்டியதில்லை, நம் வேர்களுக்குத் திரும்பினால் போதும், நல்ல பழக்கங்களின்மூலம் நமக்குள் இருக்கும் கடவுளைக் கண்டால் போதும்.

வேறொரு திரைப்பாடலில் கவிஞர் வாலி இதை இன்னும் ஆழமாக வலியுறுத்துகிறார்:

'பாசம் உள்ள பார்வையில் கடவுள் வாழ்கிறான், அவன்
கருணை உள்ள நெஞ்சினிலே கோயில் கொள்கிறான்.

பல நூல் படித்து நீ அறியும் கல்வி,

பொது நலம் நினைத்து நீ வழங்கும் செல்வம்,

பிறர் உயர்வினிலே உனக்கிருக்கும் இன்பம்,

இவை அனைத்திலுமே இருப்பதுதான் தெய்வம்.'

நம் நெஞ்சத்தில் அமரக் கடவுள் தயாராகத்தான் இருக்கிறார். அவரை வரவேற்பதற்கு அன்பென்னும் கம்பளம் விரிக்க நாம் தயாரா?

★★★

5. கழனியெல்லாம் பொன்

'தை பிறந்தால் வழி பிறக்கும்' என்று நம் ஊரில் ஒரு பழமொழி சொல்வார்கள். பன்னிரண்டு தமிழ் மாதங்கள் இருக்கும்போது தை மாதத்தைமட்டும் இப்படிச் சிறப்பித்துச் சொல்ல என்ன காரணம்?

நம்முடையது உழவை மையமாகக் கொண்ட சமூகம். தை மாதத்தின் தொடக்கத்தில்தான் அறுவடைத் திருநாளான பொங்கல் வருகிறது. உழவர்கள் அதற்குமுன் மாதக்கணக்கில் பாடுபட்டு வளர்த்த பயிர்களிலிருந்து விளைச்சலைப் பெற்று மகிழ்கிறார்கள், அந்த வருவாய் அவர்களுடைய குடும்பத்தின் அனைத்துத் தேவைகளையும் நிறைவுசெய்கிறது. அதனால், யாராவது பொருளாதாரச் சிரமத்தில் இருக்கிறபோது, 'தை மாதம் பிறந்தா எல்லாம் சரியாகிடும், நமக்கு ஒரு நல்ல வழி பிறந்துடும்' என்று மற்றவர்கள் அவர்களுக்கு அறிவுரை சொல்லியிருப்பார்கள். பின்னர் அது ஒரு பழமொழியாக நிலைத்திருக்கும்.

'பசி கொண்ட நேரம், தாளிக்கும் ஓசை சந்தோஷ சங்கீதம்' என்று ஒரு பாடலில் எழுதியிருப்பார் வைரமுத்து. அதுபோல, மாதச் சம்பளக்காரர்களுக்கு முப்பதாம் தேதிதான் மகிழ்ச்சி, அதைவிடப் பெரிய செலவு கொண்டவர்களுக்குத் தீபாவளி அல்லது பொங்கல் போனஸ் வரும் நாள்தான் மகிழ்ச்சி, மாணவர்களுக்கு விடுமுறை தொடங்கும் நாள் மகிழ்ச்சி... இப்படி உழவர்களுக்கு அறுவடை

நாளைப்போல் ஒவ்வொருவருக்கும் ஒரு குறிப்பிட்ட காலகட்டம் மனத்தைக் குளிர்வித்து மகிழ்வாக்குகிறது.

அப்படி மகிழ்ச்சி நம்மை நனைக்கும் நேரத்தில், அதற்காக நாம் பட்ட பாடுகளையும் சற்று நினைத்துப்பார்த்து நம் முதுகில் நாமே தட்டிக்கொள்வது நல்லது. இப்படித் தங்களைத் தாங்களே பாராட்டிக்கொண்டு ஊக்குவித்துக்கொள்கிறவர்கள் குறைந்த அழுத்தத்துடனும் கூடுதல் மன நிறைவுடன் இருக்கிறார்கள் என்கிறார்கள் உளவியலாளர்கள்.

தை மாதம் நெருங்கும்போது உழவர்களுக்கு இருக்கும் இந்தக் கொண்டாட்ட மனநிலையை ஒரு மிகச் சிறந்த பாடலில் அழகாகக் காட்சிப்படுத்தியுள்ளார் மருதகாசி. கே.வி. மகாதேவன் இசையில், ஜிக்கி, குழுவினர் குரல்களில் ஒலிக்கும் அந்த எழில்மிகு வரிகள்:

> தை பொறந்தா வழி பொறக்கும், தங்கமே தங்கம்,
>
> தங்கச் சம்பா நெல் விளையும், தங்கமே தங்கம்.
>
> ஆடியிலே வெத வெதச்சோம், தங்கமே தங்கம்,
>
> ஐப்பசியில் களை எடுத்தோம், தங்கமே தங்கம்,
>
> கார்த்திகையில் கதிராச்சு, தங்கமே தங்கம்,
>
> கழனியெல்லாம் பொன்னாச்சு, தங்கமே தங்கம்.

இன்றைய அறுவடை, முந்தைய பல மாதங்களின் உழைப்புக்குப் பரிசு. தை மாதத்தில் கழனியெல்லாம் பொன் நிறையவேண்டுமென்றால், சரியான நேரத்தில் விதைக்கவேண்டும், பயிரைப் பாதிக்கக்கூடிய களைகளை அகற்றவேண்டும், அது விளைந்து செழிக்கும்வரை பொறுமையாகக் காத்திருக்கவேண்டும். சோம்பி இருப்பவர்களுக்கும், பருவம் பார்த்துப் பயிரிடும் அறிவை வளர்த்துக்கொள்ளாதவர்களுக்கும் இயற்கைத் தாயின் பரிசு கிடைப்பதில்லை!

மேற்கண்ட வரிகள் விவசாயிகளுக்குமட்டுமா? நேரத்தையும் உழைப்பையும் முதலீடு செய்து, வலுவான அடித்தளத்தை அமைத்துக்கொண்டு, தடைகளைக் களைந்து, பொறுமையாக முன்னேறிப் பலன்களைப் பெறுவது எல்லாத் தொழில்களுக்கும் பொருந்துவதுதானே!

இந்தப் பொன் விளைச்சலின் இன்னொரு கோணத்தை வேறொரு திரைப்பாடலில் காண்பிக்கிறார் மருதகாசி. டி.எம். சௌந்தர்ராஜன் குரலில் ஒலிக்கிற அந்தப் பாடலும் கே.வி. மகாதேவன் இசையமைத்ததுதான்:

பொன்னு வெளையிற பூமியடா, வெவசாயத்தப்

பொறுப்பாக் கவனிச்சுச் செய்யிறோமடா,

உண்மையா உழைக்கிற நமக்கு, எல்லா

நன்மைகளும் நாடி வந்து கூடுதடா.

'செய்யும் தொழிலே தெய்வம்' என்று பாடினார் பட்டுக்கோட்டை கல்யாணசுந்தரம். 'நம்முடைய பணியை நாம் பொறுப்போடும் அக்கறையோடும் செய்து உண்மையாக உழைத்தோமென்றால், எல்லாப் பலன்களும் தானாக நம்மைத் தேடி வரும்' என்பது ஒருகாலத்தில் நம் மனத்தில் அழுத்தமாக ஊன்றப்பட்ட செய்தி, பல தலைமுறைகளாக நம்மை முனைந்து பாடுபடவைத்த கொள்கை. உண்மையில் அந்த அப்பாவித்தனமான நம்பிக்கைதான் இந்த உலகத்தை வறட்டு நிலத்திலிருந்து வானுயரக் கட்டடங்களாக வளர்த்திருக்கிறது.

இந்தப் பாடலிலும் விவசாயத்தின் வாழ்க்கைச் சுழலை (Lifecycle) இன்னும் நுணுக்கமான தகவல்களுடன் காட்சிப்படுத்துகிறார் மருதகாசி, அதுவும் கிராமத்தையோ வயலையோ நேரில் பார்த்திராத குழந்தைகளுக்குக்கூட அதைக் கதைபோலச் சொல்லிப் புரியவைக்கும் துல்லியமான ஒழுங்குடன்:

மணப்பாறை மாடு கட்டி,

மாயவரம் ஏரு பூட்டி,

வயக்காட்டை உழுதுபோடு சின்னக்கண்ணு, பசும்

தழயப் போட்டுப் பாடுபடு செல்லக்கண்ணு.

ஆத்தூரு கிச்சடிச் சம்பா பாத்து வாங்கி வெத வெதச்சு,

நாத்தைப் பறிச்சு நட்டுப்போடு சின்னக்கண்ணு, தண்ணிய

ஏத்தம் புடிச்சு எறச்சுப்போடு செல்லக்கண்ணு.

கருதை நல்லா வெளயவெச்சு மருத சில்லா ஆள வெச்சு

அறுத்துப்போடு களத்துமேட்டுல சின்னக்கண்ணு, நல்லா

அடிச்சுத் தூத்தி அளந்துபோடு செல்லக்கண்ணு.
பொதியை ஏத்தி வண்டியிலே, பொள்ளாச்சி சந்தையிலே
விருதுநகர் வியாபாரிக்குச் சின்னக்கண்ணு, நீயும்
வித்துப்போட்டுப் பணத்தை எண்ணு செல்லக்கண்ணு.

விதையில் தொடங்கி விற்பனைவரை முழுக்கப் பதிவாகிவிட்டது. அவ்வளவுதானே?

ஆனால், மருதகாசி அங்கு இந்தப் பாடலை முடிக்கவில்லை. அதன்பிறகும் ஒரு வாழ்க்கைப் பாடத்தைச் சேர்த்துச் சொல்கிறார்:

சேத்த பணத்தச் சிக்கனமாச் செலவு பண்ணப் பக்குவமா
அம்மா கையில கொடுத்துப்போடு சின்னக்கண்ணு, அவுங்க
ஆறை நூறு ஆக்குவாங்க செல்லக்கண்ணு.

வயலில் விதையைப் பயிராக ஆக்கும் திறமை நம்மிடம் இருக்கலாம். ஆனால், பணத்தை ஆறிலிருந்து நூறாக ஆக்குவது வேறு திறமை. அப்படிப்பட்ட திறமையுள்ளவர்கள் நம் வீட்டில் இருப்பார்கள், அவர்களிடம் சம்பளத்தைக் கொடுத்துவிட்டால், அவர்கள் அதைச் சிக்கனமாகச் செலவு செய்து, மிஞ்சுவதைச் சேமித்து, சரியாக முதலீடு செய்து பலமடங்காக வளர்ப்பார்கள்.

குறிப்பாக, ‘அம்மா கையில கொடுத்துப்போடு’ என்ற வரி நம் சமூகத்தில் பெண்கள் பண மேலாண்மையில் ஆற்றிவந்திருக்கிற பங்கை நுட்பமாகச் சுட்டிக்காட்டுகிறது. பெண்களைப் படிக்கவைப்பது குறைவாக இருந்த காலகட்டத்தில்கூட, கணவருடைய மாத வருவாய் குறைவாக இருப்பினும் அதை வைத்துக் குடும்ப வண்டியை ஒழுங்காக ஓட்டியவர்கள், அதிலும் மிச்சம் பிடித்துத் தங்கமாகவோ நிலமாகவோ சேர்த்துவைத்தவர்கள் அவர்கள்.

1950களில் மருதகாசி இந்த வரிகளை எழுதிச் சுமார் எழுபது ஆண்டுகளுக்குப்பிறகு, இன்றைய நிதி வல்லுனர்கள் ‘இந்தியப் பெண்களுக்குப் பொருளாதார ஆர்வம் குறைவாகத்தான் இருக்கிறது. படித்த, வேலைக்குச் செல்கிற பெண்களில்கூடப் பலர் இந்தப் பொறுப்பைத் தங்களுடைய தந்தை, சகோதரர், கணவர், மகன் என்று யாராவது ஓர் ஆணிடம் ஒப்படைத்துவிடுகிறார்கள்’

என்று வருந்துகிறார்கள். பெண்களின் நிதி அறிவை வளர்க்கிற, சேமிப்பு, முதலீடு ஆகிய துறைகளில் அவர்களை மிகுதியாக ஈடுபடுத்துகிற முன்னெடுப்புகளை அரசு, தனியார் அமைப்புகள் தொடங்கி நடத்திவருகின்றன.

இந்தியப் பெண்கள் பரவலாகப் படிக்கவும், வேலைக்குச் செல்லவும் தொடங்கிச் சில தலைமுறைகள்தான் ஆகின்றன. அதற்குள் பெரும்பாலான துறைகளில் ஆண்களுக்கு இணையாகக் கொடியோச்சிக்கொண்டிருக்கிற அவர்கள் நிதித்துறையிலும் அழுத்தமாகக் கால்பதிப்பார்கள், ஆறை நூறாக இல்லை, ஐந்நூறாகக்கூட ஆக்குவார்கள்.

★★★

6. பொழியும் அமுதம்

உலகெங்கும் பல நாடுகளில், பல பண்பாடுகளில், பல மதங்களில், பல தலைமுறைகளாகச் சொல்லப்பட்டுவரும் ஆன்மிகக் கதைகளிலெல்லாம் 'அமுதம்' என்ற மருந்தைப் பற்றிய குறிப்புகளைக் காண்கிறோம். அதைச் சாப்பிட்டால் மரணம் கிடையாது, என்றென்றும் வாழலாம், இளமையுடன், வலிமையுடன் வாழலாம், பசியே எடுக்காது என்றெல்லாம் பலவிதமான விவரிப்புகள் சொல்லப்படுகின்றன.

ஆனால், உண்மையில் அந்த அமுதத்தைக் கண்டவர்கள், உண்டவர்கள் யாரும் இல்லை. அதனால், ஒருவேளை, அது வெறும் கற்பனைதானா? அல்லது, நம் முன்னோர்கள் வேறு எதையோ உணர்த்துவதற்கு அமுதத்தை ஓர் உருவகமாகப் பயன்படுத்திக்கொண்டார்களோ என்று எண்ணத் தோன்றுகிறது.

'அமுதத்தைத் தேடி அங்கும் இங்கும் அலையாதீர்கள். சற்று நிமிர்ந்து வானத்தைப் பாருங்கள். அதுதான் அமுதம் ஊறிப் பொழியும் இடம்' என்கிறார் திருவள்ளுவர். 'விண்ணிலிருந்து பொழியும் மழை நீர்தான் இந்த உலகத்தை, அதில் உள்ள மனிதர்களை, உயிர்களை, பயிர்களையெல்லாம் வளமாக வாழவைக்கிறது. அப்படியானால், அதுதானே உண்மையான அமுதம்?'

வான் நின்று உலகம் வழங்கிவருதலால்
தான் அமிழ்தம் என்று உணரற்பாற்று

சில ஆண்டுகளுக்குமுன், ஆற்றில் நீர் பொங்கி வருவதைப் பார்த்து உணர்ச்சிவயப்பட்டு அதன்முன் விழுந்து கும்பிடும் மனிதர் ஒருவருடைய வீடியோ இணையத்தில் பரபரப்பாகப் பரவியது. 'நீர்தான் அமுதம், அதை நம்பித்தான் இந்த உலகம்' என்று வள்ளுவர் சொன்ன தத்துவத்தை எளிய மக்கள் எப்படி நன்றாகப் புரிந்துகொண்டிருக்கிறார்கள் என்பதைத்தான் அந்தக் காட்சி உணர்த்துகிறது.

மழையினால் கிடைக்கும் தொலைநோக்குப் பலன்கள் ஒருபுறமிருக்க, விண்ணிலிருந்து நீர் பொழியும் அந்தக் கணத்தில் உள்ளத்தில் பிறக்கும் மகிழ்ச்சி ஓர் உடனடிப் பலன். நேரடியாக நனைந்தாலும் சரி, சாளரத்தின் வழியாகத் தெளிக்கும் சாரலானாலும் சரி, எல்லா வயதினரையும் துள்ளவைத்துவிடும்.

அப்படி ஒருத்தி மழையை ரசிக்கிறாள், அதைப்பற்றி ஒரு கவிதை எழுதுகிறாள். அவளுடைய தோழன் ஒருவன் மழையின் ஓசைப் பின்னணியில் அதை மெட்டமைத்துப் பாடுகிறான். எம். எஸ். விஸ்வநாதன், இளையராஜா இசையில் கவிஞர் வாலி வரிகளில் எஸ். பி. பாலசுப்ரமணியம் குரலில் அமைந்த அந்தப் பாடல் ஒரு தேன்மழைதான்:

சின்னச் சின்ன தூறல் என்ன!

என்னைக் கொஞ்சம் சாரல் என்ன!

சிந்தச் சிந்த, ஆவல் பின்ன,

நெஞ்சில் பொங்கும் பாடல் என்ன!

'பாத்திரம் பார்த்துப் பிச்சை இடு' என்று ஒரு பழமொழி சொல்வார்கள். ஆனால், மேகம் தன்னுடைய வாரி வழங்கும் கொடை யாரைச் சென்று சேர்கிறது என்றெல்லாம் கணக்குப் பார்ப்பதில்லை. ஆண், பெண், முதியவர், இளையவர், இந்த மதம், அந்த இனம் என்றெல்லாம் யாரையும் ஒதுக்கிவைக்காமல் எல்லாருக்குமாகப் பொழிகிறது, 'நீங்கள் எல்லாரும் ஒன்றுதான். ஏன் உங்களுக்குள் ஏற்றத்தாழ்வு பார்க்கிறீர்கள்? ஏன் விலகி நின்று பிறரை எதிர்களாக நினைக்கிறீர்கள்?' என்று கேட்டுச் சிரிக்கிறது.

உனது தூறலும், இனிய சாரலும்

தீண்டும் தேகம் சிலிர்க்குதம்மா.

நனைந்தபொழுதினில், குளிர்ந்த மனதினில்

ஏதோ ஆசை துடிக்குதம்மா.
மனித சாதியின் பசியும் தாகமும்
உன்னால் என்றும் தீருமம்மா.
வாரித் தந்த வள்ளல் என்று
பாரில் உன்னைச் சொல்வதுண்டு,
இனமும் குலமும் இருக்கும் உலகில்
அனைவரும் இங்கு சரிசமம் என
உணர்த்திடும் மழையே!

மழையின் பெருமையை எளிமையாகச் சொல்லும் இந்த வரிகளின் இன்னொரு சிறப்பு, அதை அன்னையாகக் கருதி 'அம்மா' என்று திரும்பத் திரும்ப விளிப்பதுதான். உலகுக்கு உயிரை ஊட்டும் தாயல்லவா மழை!

அந்தத் தாயை அவள் உரிமையோடு வம்புக்கிழுக்கிறாள், 'நீ ஆண்டுமுழுவதும் பெய்வதில்லை. நீயாக நினைக்கும்போதுதான் வருகிறாய். குறிப்பாக, நாங்கள் வெம்மையில் வாடித் தவிக்கும் நேரத்தில் எட்டிப்பார்ப்பதில்லை. ஏன் இப்படி?' என்று செல்லமாகச் சீண்டுகிறாள்:

மழைக்கு யாவரும் தவிக்கும் நாட்களில்
நீயோ இங்கே வருவதில்லை,
வெடித்த பூமியும் வானம் பார்க்கையில்
நீயோ கண்ணில் தெரிவதில்லை,
உனது சேதியை, பொழியும் தேதியை
முன்னால் இங்கே யார் அறிவார்!

இத்தனை பெரிய அமுதத்தைக் கையில் வைத்துக்கொண்டு மழைத் தாய் இப்படி ஒளிந்து விளையாடலாமா? அவள் மனம் கனிந்து பொழியத் தொடங்கிவிட்டால் இந்த உலகம் பொன்னாக மாறாதா!

நஞ்சை மண்ணும், புஞ்சை மண்ணும்
நீயும் வந்தால் பொன்னாய் மின்னும்,
உனது பெருமை உலகம் அறியும்,

இடி எனும் இசை முழங்கிட வரும்
மழை எனும் மகளே!

திரைப்படங்களிலும் அதற்கு வெளியிலும் கவிஞர்கள் மழை நீரை வர்ணிப்பதற்கு எத்தனையோ அழகழகான உவமைகளைப் பயன்படுத்தியிருக்கிறார்கள். அந்த வரிசையில் தனித்து நிற்கும் சில வர்ணனைகள், கே. வி. மகாதேவன் இசையில், ஏ. மருதகாசி வரிகளில், டி.ஆர். மகாலிங்கம், பி. சுசீலா பாடிய இந்தப் பாடலில்:

கஷ்டப்படும் ஏழை சிந்தும் நெற்றி வேர்வைபோலே, அவன்
கஞ்சிக்காகக் கலங்கிவிடும் கண்ணீர்த் துளியைப்போலே
மழை சொட்டுசொட்டுன்னு சொட்டுது பாரு இங்கே!
முட்டாப் பயலே, மூளை இருக்கா என்று ஏழை மேலே
துட்டு படைச்ச சீமான் அள்ளிக் கொட்டுற வார்த்தைபோலே
மழை சொட்டுசொட்டுன்னு சொட்டுது பாரு இங்கே!

மழை எல்லாருக்காகவும்தான் பொழிகிறது, வளத்தை அள்ளித்தான் தருகிறது, அதன்மூலம் உலகம் செழிக்கத்தான் செய்கிறது. ஆனால், அதன் பலன் எல்லாருக்கும் சமமாகச் சென்றுசேர்வதில்லை. சிலர் கொழிப்பதும் வேறு சிலர் தவிப்பதும் தொடர்கிறது. அதனால், மகிழ்ச்சியைத் தரும் மழைப்பொழிவுகூட மக்களுக்கு ஏழையின் வியர்வையை, கண்ணீரை, அவன்மீது பாயும் வசைச்சொற்களைத்தான் நினைவுபடுத்துகிறது.

இந்தச் சிக்கலுக்கு என்னதான் தீர்வு?
'நல்லார் ஒருவர் உளரேல், அவர்பொருட்டு
எல்லார்க்கும் பெய்யும் மழை'

என்கிறார் ஔவையார். 'ஊர்ல நாலு நல்லவங்க இருக்கறதாலதான் இப்பவும் அங்கங்க மழை பெய்யுது' என்று எளிய மனிதர்கள் சொல்லக் கேட்கிறோம். இதன் பொருள், சுயநலமும் பொறாமையும் அடித்துப் பிடுங்குதலும் சுரண்டுதலும் குறைந்தால், நாட்டில் நல்லோர் எண்ணிக்கை பெருகினால், மழை கூடும், வளம் கூடும், எல்லாருக்கும் எல்லாமும் கிடைக்கும். நம்மை மகிழ்விக்கும் மழைத்தாயை நாம் மகிழ்விக்கவேண்டுமென்றால் அதற்கு இது ஒன்றுதான் வழி.

★★★

7. தெய்வத்தின் காட்சி

பள்ளியில் ஒரு சிறிய விழா. அதில் கலந்துகொள்ளும் மாணவர்களுக்கு மாலைச் சிற்றுண்டிக்கு ஏற்பாடு செய்திருந்தார்கள். முந்நூறு மாணவர்களுக்குப் போதுமான அளவில் பல்வேறு தின்பண்டங்கள் கொண்டுவரப்பட்டு மேசையில் அடுக்கப்பட்டிருந்தன. மாணவர்களும் வரிசையில் வந்து உணவுப் பொருட்களை எடுத்துத் தட்டில் போட்டுக்கொண்டு சாப்பிட்டார்கள்.

ஆனால், சிறிது நேரத்துக்குப்பிறகு, அங்கு ஒரு குழப்பம். சில மாணவர்கள் ஜிலேபியை ஒன்றுக்குமேல் எடுத்துக்கொண்டார்கள். அதனால், வரிசையில் பின்னால் இருக்கும் மாணவர்களுக்குப் போதுமான ஜிலேபி இருக்காது என்கிற சூழ்நிலை.

அதனால், அங்கிருந்த ஆசிரியர் ஜிலேபிப் பாத்திரத்தின்மீது ஓர் அறிவிப்பை எழுதி ஒட்டினார், 'ஆளுக்கு ஒரு ஜிலேபிமட்டும் எடுத்துக்கொள்ளுங்கள். கடவுள் பார்த்துக்கொண்டிருக்கிறார்.'

சில நிமிடங்களுக்குப்பிறகு, குறும்புக்கார மாணவன் ஒருவன் ஆப்பிள் கூடையின்மீது இன்னோர் அறிவிப்பை எழுதி ஒட்டினான், 'உங்கள் விருப்பம்போல் எத்தனை ஆப்பிள் வேண்டுமானாலும் எடுத்துக்கொள்ளுங்கள். கடவுள் அதைக் கண்டுகொள்ளமாட்டார். ஏனெனில், அவர் ஜிலேபியைக் கண்காணித்துக்கொண்டிருக்கிறார்.'

இது ஒரு நகைச்சுவைத் துணுக்குதான் என்பதைச் சற்று மறந்துவிட்டு, அந்த மாணவனுடைய அறிவிப்பு சரிதானா என்று கொஞ்சம் சிந்திப்போம். நீங்களோ நானோ ஜிலேபியைப் பார்த்தால் ஆப்பிளைப் பார்க்கமுடியாது. ஆனால், அந்த இயற்பியல் விதிமுறைகளெல்லாம் கடவுளுக்குப் பொருந்தாது. இறைவர் எங்கும் இருக்கிறார் என்பது பக்தி கொண்ட மக்களுடைய நம்பிக்கை. அதனால், அவரால் ஒரே நேரத்தில் ஜிலேபியையும், ஆப்பிளையும் கண்காணிக்க இயலும், நாம் செய்கிற எல்லாச் செயல்களையும் அருகிலிருந்து பார்க்கமுடியும், நல்லவற்றைச் செய்யும்போது பாராட்ட முடியும், தீயவற்றைச் செய்யும்போது இடித்துரைத்துத் திருத்தமுடியும்.

சாலையில் வண்டி ஓட்டும் சிலர் போக்குவரத்து நிறுத்தத்தில் காவலர் இருக்கிறாரா என்று உற்றுக் கவனிப்பார்கள், காவலர் இருந்தால், விதிமுறைகளை முறையாகப் பின்பற்றி வண்டி ஓட்டுவார்கள், இல்லாவிட்டால், தங்கள் விருப்பப்படி எந்தத் திசையிலும் செல்வார்கள். காரணம், தாங்கள் தவறு செய்தாலும் மாட்டிக்கொள்ளமாட்டோம் என்கிற துணிச்சல்தான்.

ஆனால், கடவுள் எங்கும் இருக்கிறார், நாம் செய்பவற்றைக் கவனித்துக்கொண்டிருக்கிறார் என்ற எண்ணம் கொண்டவர்கள் மற்ற யாரும் இல்லாத இடத்திலும் பிழை செய்வதில்லை. கடவுள் நம்பிக்கை இல்லாதவர்கள்கூடத் தங்கள் மனத்துக்குப் பயந்து தீயவற்றைச் செய்யாமலிருக்கிறார்கள். இதைத்தான் திருவள்ளுவர் அழகாகச் சொல்கிறார்:

தன் நெஞ்சு அறிவது பொய்யற்க, பொய்த்தபின்
தன் நெஞ்சே தன்னைச் சுடும்

மேற்சொன்ன இரண்டு சாட்சிகளும் நல்லவர்களுக்குத் துணையாக நிற்கும், அவர்களை நல்வழியில் நடத்தும் என்கிறார் கண்ணதாசன். இளையராஜா இசையில் டி. எம். சௌந்தர்ராஜன் குரலில் பல தலைமுறைகளின் நெஞ்சில் நிலைத்துவிட்ட பாடல் அது:

'நல்லவர்க்கெல்லாம் சாட்சிகள் ரெண்டு,
ஒன்று மனசாட்சி,
ஒன்று தெய்வத்தின் சாட்சியம்மா.'

கோயிலில் இருக்கும் தெய்வம் சிலருக்கு வெறும் கல்தான். ஆனால், மற்றவர்கள் அதை நம்பிக்கையுடன் பார்க்கும்போது அதில் அவர்களுக்கு இறைக்காட்சி தெரிகிறது, அவர்களை உண்மை வழியில் செலுத்துகிறது:

'நம்பிக்கை வைத்துக் கல்லையும் பார்த்தால்

தெய்வத்தின் காட்சியம்மா.

அதுதான் உள்ளத்தின் காட்சியம்மா,

அதுதான் உண்மைக்குச் சாட்சியம்மா.'

கம்பராமாயணத்தில் ஓர் உணர்ச்சிமயமான காட்சி. தன் அண்ணன் ராமரைக் காட்டுக்கு அனுப்பத் துணிந்த கைகேயிமீது சினம் கொண்டு பொங்குகிறார் லட்சுமணர், 'என்ன செய்கிறேன் பார்' என்று கொதிக்கிறார். அப்போது, ராமர் தம்பிக்குச் சொல்லும் அழகான அறிவுரை:

'நதியின் பிழை அன்று நறும் புனல் இன்மை...

விதியின் பிழை, நீ இதற்கு என்னை வெகுண்டது?'

'ஆற்றில் தண்ணீர் வராவிட்டால் அது அந்த ஆற்றின் பிழை இல்லை, விதியின் பிழைதான். இதையெல்லாம் நினைத்து நாம் சினம் கொள்ளலாகாது' என்கிறார் ராமர், அன்றாட வாழ்க்கையில் நாம் எதிர்கொள்ளும் ஏமாற்றங்கள், வலிகள், துன்பங்கள் என அனைத்துக்கும் இந்தச் சமநிலையான சிந்தனையைச் செயல்படுத்தி அமைதி கொள்ளச்சொல்கிறார்.

கம்பரின் இந்த வரியை எளியவகையில் எல்லாருக்கும் சென்றுசேரும்படி வழங்குகிறார் கண்ணதாசன்:

'நதி வெள்ளம் காய்ந்துவிட்டால்,

நதி செய்த குற்றம் இல்லை,

விதி செய்த குற்றம் அன்றி வேறு யாரம்மா?'

இந்த வரிகளைச் சொல்வது எளிது. ஆனால், பின்பற்றுவது கடினம். அதனால், பறவைகளைத் துணைக்கு அழைக்கிறார் கண்ணதாசன், 'நீங்கள் வானத்தில் பறந்து இவ்வுலகைப்பற்றிய பருந்துப் பார்வையை வளர்த்துக்கொண்டிருக்கிறீர்கள். அதைக் கொண்டு குறுகிய மனம் கொண்ட மனிதர்களுக்கு அறிவுரை

சொல்லுங்கள், அவர்களுக்கு வாழ்க்கையைப் புரியவைத்து மயக்கத்தைத் தீருங்கள்' என்கிறார்.

'பறவைகளே,

பதில் சொல்லுங்கள்,

மனிதர்கள் மயங்கும்போது நீங்கள் பேசுங்கள்,

மனதிற்கு மனதைக் கொஞ்சம் தூது செல்லுங்கள்.'

மனச்சாட்சியையும் தெய்வத்தின் சாட்சியையும் நம்பி நல்லவராக இருப்பதில் ஒரு சிக்கல், நாம் நல்லவர் என்பது நமக்குத்தான் தெரியும், மற்றவர்களுக்குத் தெரியாது. அதனால், அவர்கள் நம்மீது பல்வேறு பழிகளைப் போடமுடியும். அப்போதெல்லாம் வருந்தி நிற்பதைவிட, 'என்னிடம் பிழை இல்லை என்று கடவுளுக்குத் தெரியும். அது போதும்' என்று மன நிறைவு கொள்வது சிறந்தது:

'ஆண்டவன் அறிய நெஞ்சில்

ஒரு துளி வஞ்சம் இல்லை,

அவனன்றி எனக்கு வேறு ஆறுதல் இல்லை.'

ஆனால், எல்லாராலும் ராமரைப்போல் சமநிலையோடு இருக்கமுடியுமா? அவர் கடவுள். நாம் மனிதனல்லவா? நமக்கு ஏன் இப்படி நடக்கிறது என்கிற மயக்கங்கள் அவ்வப்போது வருவது இயல்புதான்.

உண்மையில், அந்த மயக்கங்கள்தான் நாம் நல்லவர்கள் என்பதற்கான சான்று. ஏனெனில், தவறு செய்யத் துணிந்த மனிதன் எதற்கும் கலங்கமாட்டான். யார் என்ன சொன்னாலும் தன்னுடைய பிழைகளைச் செய்துகொண்டுதான் இருப்பான். ஆனால், நல்லவர்கள் வானத்தைப்போல. என்றென்றும் உயரத்தில்தான் நிற்பார்கள், உடைந்து மண்ணில் விழமாட்டார்கள்:

'மனிதனம்மா, மயங்குகிறேன்,

தவறுக்குத் துணிந்த மனிதன் அழுவதில்லையே,

தவறியும் வானம் மண்ணில் விழுவதில்லையே.'

நாம் வெல்லவேண்டுமென்றால், நமக்கு ஒரு நல்லது நடக்கிறது என்றால் எதையும் செய்யலாம், எந்தக் குறுக்குவழியையும் பின்பற்றலாம், யாரையும் ஏறி மிதிக்கலாம், அப்படிச்

செய்யாமலிருக்கிறவர்கள்தான் முட்டாள்கள் என்று நினைக்கிற மனநிலை இன்றைய உலகில் இருக்கிறது. இந்நிலையில் நல்லவர்களாக இருப்பதும் மனச்சாட்சிக்கு அஞ்சி நல்வழியில் நடப்பதும் சிறுபான்மையினர் செயல்களாகிவிட்டன. அதனால், எல்லாரும் கெட்டுப்போய்விட்ட உலகத்தில் நாம்தான் அசடர்களாக இருக்கிறோமோ என்கிற கவலை அவ்வப்போது வருவது இயல்புதான்.

அதுபோன்ற எண்ணம் வரும்போது, ‘தவறியும் வானம் மண்ணில் விழுவதில்லை’ என்ற கண்ணதாசன் வரிகளைச் சொல்லி உறுதிபெறலாம், நல்ல வழியில்மட்டும் துணிவோடு நடக்கலாம். அதைத்தான் கடவுள் விரும்புவார்!

★★★

8. புத்தி தெளிந்தவன்

அவன் உயரம் குறைந்தவன், ஆனால், ஊரையெல்லாம் மகிழ்விக்கிறவன்.

சர்க்கஸ் மேடையில் அவன் தோன்றியதும் அவனுடைய உருவத்தைப் பார்த்து எல்லாரும் விழுந்து விழுந்து சிரிப்பார்கள். அவன் அணிந்திருக்கும் உடைகளும் பேச்சும் செயல்களும் அவர்களுடைய சிரிப்பை இன்னும் பலமடங்காக்கும். அவர்கள் சிரிப்பதைப் பார்த்து அவனுடைய உள்ளமும் துள்ளும்.

ஆனால், சிரிக்கவைக்கும் வேலையைத் தாண்டி, அவனும் ஒரு மனிதன்தானே? எல்லாருக்கும் இருக்கிற ஆசைகள், விருப்பங்கள் அவனுக்கும் இருக்கும்தானே? மற்றவர்களைப்போல் தன்னுடைய வாழ்க்கையிலும் ஒரு காதல், திருமணம், பிள்ளைகள் என்றெல்லாம் அவன் ஏங்கினான், விதவிதமான கனவுகளில் மூழ்கினான்.

கோமாளியைப் பார்த்து ஊர் மகிழும், கைதட்டும், ஆனால், காதலிக்குமா? பெண் கொடுக்குமா? அவனுடைய ஏக்கம் நெடுநாட்களுக்கு ஏக்கமாகமட்டுமே தொடர்ந்துகொண்டிருந்தது.

நீண்ட காத்திருப்புக்குப்பிறகு, அவன் வாழ்க்கையில் ஒருத்தி வந்தாள். அந்தக் குள்ளமான உருவத்துக்குள் இருக்கிற உயர்ந்த மனத்தை அவள் பார்த்துவிட்டதாகத் தெரிந்தது, அதனிடம் தன்னைப் பறிகொடுத்துவிட்டதாகத் தோன்றியது.

அவனுக்கும் அவளைப் பிடித்திருந்தது. சர்க்கஸ் விலங்குகள்கூட இணை சேர்ந்து திரிவதைப் பார்த்து மனம் வாடிக்கொண்டிருந்தவன் இப்போது தன் வாழ்விலும் வசந்தம் வந்துவிட்டதாக மகிழ்ந்து அனுபவித்துப் பாடினான்:

சிங்கம், புலிகூட

சோடி ஒண்ணு தேட,

தன்னந்தனியாக

நானும் இங்கு வாட,

வந்தாள் அந்தத் தோகைதான்,

தந்தாள் ஒரு ஆசைதான்.

ஆனால் உண்மையில், அந்தத் தோகையின் காதல் அம்பு அவனை நோக்கி எய்யப்படவில்லை. அவள் இன்னொருவரைத்தான் காதலித்திருக்கிறாள். இவன்தான் அதைத் தவறாக நினைத்துக்கொண்டு கனவில் மூழ்கிவிட்டான்.

இதை அறிந்தபோது, அவனுக்கு அழத் தோன்றவில்லை, தன்னுடைய நிலையை நினைத்துச் சிரிப்புதான் வந்தது.

'உன்னை நினைச்சேன்,

பாட்டுப் படிச்சேன்,

தங்கமே, ஞானத்தங்கமே,

என்னை நினைச்சு

நானும் சிரிச்சேன்,

தங்கமே, ஞானத்தங்கமே.'

இவ்வுலகம் நீரை நம்பித்தான் இருக்கிறது. வானத்திலுள்ள மேகம் அழுதால், மழையைப் பொழிந்தால், மண்ணிலுள்ள பயிர்களெல்லாம் செழிக்கின்றன, அதன்மூலம் மக்களும் உயிர்களும் பசியாறுகிறார்கள், எல்லாரும் செழிப்போடு வாழ்கிறார்கள், மனம் நிறைந்து சிரிக்கிறார்கள்.

சிலருடைய வாழ்க்கையும் அந்த வானத்தைப்போல் ஆகிவிடுகிறது. அவர்கள் அழுதால்தான் இந்த உலகம் சிரிக்கிறது:

'அந்த வானம் அழுதாத்தான்,

இந்தப் பூமியே சிரிக்கும்,
வானம்போல் சில பேர்
சொந்த வாழ்க்கையும் இருக்கும்,
உணர்ந்தேன் நான்.'

'நான் எப்போதும் மழையில் நடப்பதை விரும்புவேன். அப்போதுதான் என்னுடைய அழுகையை மற்றவர்களால் பார்க்கமுடியாது' என்று சார்லி சாப்ளின் சொல்வாராம். அப்படி இவனும் தன்னுடைய அழுகையை உள்ளுக்குள் மறைத்துக் கொள்கிறான், எப்போதும்போல் சிரித்தபடி இருக்க முயல்கிறான்.

சிரமப்படுகிறவர்கள், துன்பத்தில் தவிக்கிறவர்கள் பலரும் தங்களுடைய நிலைமைக்கு அவர்தான் காரணம், இதுதான் காரணம் என்று இன்னொருவர்மீது, அல்லது, சூழ்நிலையின்மீது பழியைப் போட முயல்வார்கள். அதன்மூலம் தங்களுடைய பிழைகளை மறைத்துவிடுவார்கள், அவற்றுக்குப் பொறுப்பேற்காமல் தப்பித்துக்கொள்ளப் பார்ப்பார்கள்.

ஆனால் இவனோ, இந்த வருத்தமான சூழ்நிலையிலும் மிகுந்த முதிர்ச்சியுடன் சிந்திக்கிறான். தன்னை இந்த நிலைக்கு ஆளாக்கிய அந்தப் பெண்ணின்மீதுகூட அவனுக்குச் சினம் வரவில்லை. 'அவள் என்ன செய்வாள்? நான்தான் விவரம் புரியாமல் எதையோ எதுவாகவோ நினைத்துக்கொண்டு ஆசைப்பட்டேன், இப்போது வருந்துகிறேன். அதற்கு மற்றவர்களைக் குற்றம் சொல்வது சரியில்லை' என்கிறான்.

'ஆசை வந்து என்னை
ஆட்டிவைத்த பாவம்,
மற்றவரை நான் ஏன்
குற்றம் சொல்லவேணும்?'

வெற்றியடைந்த சிலருடைய கதையைப் படிக்கும்போது, 'அவர் சரியான நேரத்தில், சரியான இடத்தில் இருந்தார், சரியான வேலையைச் செய்தார், அதனால் எளிதில் வென்றுவிட்டார்' என்பார்கள். இப்படிப்பட்ட யோகமுள்ளவர்கள் எந்த விதையை நட்டாலும் அது நல்ல மரமாக விளைந்துவிடுகிறது, ஏராளமான கனிகளைக் கொடுத்து அவர்களை வளமாக வைக்கிறது.

'உள்ளபடி யோகம்
உள்ளவர்க்கு நாளும்
நட்ட விதை யாவும்
நல்ல மரம் ஆகும்.'

ஆனால், சிலருக்கு இது எதிர்மறையாகவும் வேலை செய்யக்கூடும். அவர்கள் உப்பு விற்கும் நேரத்தில் மழை கொட்டி எல்லா உப்பையும் கரைத்துவிடும், மாவு விற்கும் நேரத்தில் காற்று வலுவாக வீசி எல்லா மாவையும் சிதறடித்துவிடும். அப்போது அவர்கள் என்னதான் செய்யமுடியும்?

'கொட்டும் மழைக்காலம்,
உப்பு விற்கப்போனேன்,
காற்றடிக்கும் நேரம்
மாவு விற்கப்போனேன்.'

அந்தப் பெண் ஏதோ சொல்லப்போக, அதை இவன் வேறொன்றாகக் கற்பனை செய்துகொண்டுவிட்டான், கண்களுக்குள் மாபெரும் காதல் கோட்டையைக் கட்டிவிட்டான். ஆனால், அந்தக் கோட்டையில் குடியேறும்போதுதான் அது ஓர் ஓட்டைக் குடிசை என்கிற உண்மை அவனுக்குத் தெரிகிறது. அந்தத் தவறான கணக்கினால்தான் இப்போது இவனுக்கு இந்த நிலைமை.

அந்தத் தவிப்பிலும் இவன் அவளுக்கு நன்றி சொல்லத்தான் நினைக்கிறான், எதையும் ஆராய்ந்து தெளியவேண்டும் என்கிற பெரிய பாடத்தைத் தனக்குக் கற்றுக்கொடுத்ததற்காக.

'கண்ணிரண்டில் நான்தான்
காதலென்னும் கோட்டை,
கட்டிவைத்துப் பார்த்தேன்,
அத்தனையும் ஓட்டை.
தப்புக்கணக்கைப் போட்டுத் தவித்தேன்
தங்கமே, ஞானத்தங்கமே,
பட்டபிறகே புத்தி தெளிந்தேன்,
தங்கமே, ஞானத்தங்கமே,

நலம் புரிந்தாய் எனக்கு,

நன்றி உரைப்பேன் உனக்கு,

நான்தான்.'

கவிஞர் வாலியின் வரிகளில் இளையராஜா இசையில் எஸ். பி. பாலசுப்ரமணியம் பாடிய இந்த வரிகள் ஒரு கோமாளியின் தோல்விக் கதையைச் சொல்லவில்லை, நம்முடைய எதிர்பார்ப்புகள் தவறாகிவிடும்போது அந்தச் சூழ்நிலையை எப்படி எதிர்கொள்வது என்று எளிமையாகப் பாடம் நடத்துகின்றன, நம்மை நாமே தேற்றிக்கொள்வதற்கும் அடுத்து என்ன என்று சிந்திப்பதற்கும் சொல்லித்தருகின்றன.

உப்பு விற்கும்போது மழை பெய்தால் அது நம் பிழை இல்லை. ஆனால், மழை பெய்யும்போது உப்பு வண்டியைத் தள்ளிக்கொண்டு தெருவில் இறங்கினால் அது கண்டிப்பாக நம்முடைய தவறுதான். சூழ்நிலையை ஆராய்ந்து புரிந்துகொண்டு அதற்கேற்ப நம்முடைய திட்டங்களை மாற்றக் கற்றுக்கொள்ளும்போது வெற்றிக்கான வாய்ப்புகள் கூடுகின்றன.

ஒரு குறிப்பிட்ட பொருளைக் கண்டுபிடிப்பதற்கென 100 பரிசோதனைகளைச் செய்தபின் வெற்றியடைந்த ஓர் அறிவியலாளர், 'நான் 99 முறை தோற்கவில்லை. இந்தக் கண்டுபிடிப்பை எப்படிச் செய்யக்கூடாது என்பதற்கான 99 வழிகளைத் தெரிந்துகொண்டேன்' என்றாராம். அதுபோல, வாழ்க்கையில் நடக்கின்ற அனைத்தும் நமக்கு ஏதோ ஒன்றைச் சொல்லிக்கொடுக்கின்றன. நல்லவை நடக்கும்போது, எதை மேலும் செய்யவேண்டும் என்று தெரிந்துகொள்கிறோம், தீயவை நடக்கும்போது, எதை மறுபடி செய்யக்கூடாது என்று உணர்ந்துகொள்கிறோம். தோல்வியைச் சந்திக்கும்போது இந்த அணுகுமுறையைப் பின்பற்றினால், மூடப்பட்டிருக்கும் கதவைப் பார்த்து மனம் வருந்தி முடங்கிவிடமாட்டோம், அந்தக் கதவை மூடியவர் யார் என்று கத்தமாட்டோம், அந்தப் பழியை நம் ஒருவரைத்தவிர மீதியுள்ள அனைவர்மீதும் போடமாட்டோம், பக்கத்தில் வேறு கதவுகள் திறந்திருக்கின்றன என்பதை உணர்ந்துகொள்வோம்.

★★★

9. மூன்றும் வேண்டும்!

சமீபத்தில் இணையத்தில் பரபரப்பாகப் பேசப்பட்ட ஒரு தலைப்பு, இந்தியாவில் தனியார் பள்ளிகளில் குழந்தைகளைப் படிக்கவைப்பதற்கான செலவுகள்.

இந்த விவாதத்தைத் தொடங்கிவைத்தவருடைய மகள் அடுத்த ஆண்டு ஒன்றாம் வகுப்பில் சேரப்போகிறாளாம். அவளைப் பள்ளியில் சேர்ப்பதற்கான பதிவுக் கட்டணம், சேர்க்கைக் கட்டணம், கல்விக் கட்டணம், பேருந்துக் கட்டணம், புத்தகங்கள், சீருடைகள் என அனைத்தும் சேர்ந்து நான்கு லட்சத்தைத் தாண்டிவிடுகிறது என்று அவர் கணக்கிட்டிருந்தார். இந்தக் கணக்கின்படி பார்த்தால், இரண்டு குழந்தைகள் உள்ள பெற்றோர் ஆண்டுதோறும் படிப்புச் செலவுக்குமட்டும் கிட்டத்தட்ட ஒன்பது லட்சத்தை எடுத்துவைக்கவேண்டும். அதாவது, மாதம் எழுபத்தைந்தாயிரம் ரூபாய்.

இதைப் படித்தவர்களில் சிலர், நடுத்தரக் குடும்பத்தைச் சேர்ந்தவர்களுக்கு இவ்வளவு செலவு கட்டுப்படியாகுமா என்று வியந்தார்கள். இன்னும் சிலர், ஏன் தனியார் பள்ளிக்குச் செல்கிறீர்கள், அரசாங்கப் பள்ளிக்குச் செல்லக்கூடாதா என்றார்கள். வேறு சிலர், அரசாங்கப் பள்ளிகளில் தரமில்லாததால்தான் தனியார் பள்ளிகள் இப்படி ஆடுகின்றன என்றார்கள். மற்றும் சிலர், இதெல்லாம் சும்மா பந்தாவுக்குச் செய்கிற செலவு என்றார்கள்... இப்படிப் பலரும் பலவிதமாகப் பேசிக்கொண்டிருக்கையில் ஒருவர்

இந்தக் கணக்கை அப்படியே தலைகீழாகத் திருப்பிப்போட்டார், 'ஆண்டுக்கு நான்கு லட்சம். பன்னிரண்டு ஆண்டுகள் படிக்க வேண்டும். அதற்குமேல் கல்லூரியில் மூன்று ஆண்டுகள் என்று வைத்துக்கொண்டாலும் பதினைந்து ஆண்டுகள் கணக்கு. அந்தப் பணத்தைப் பள்ளிக்குச் செலுத்தாமல் ஒரு நல்ல ம்யூச்சுவல் ஃபண்டில் போடுங்கள். பதினைந்து ஆண்டுகளில் ஒன்றரைக் கோடிக்குமேல் திரும்பக் கிடைக்கும். அதைக் குழந்தைக்குப் பரிசளித்துவிடுங்கள்.'

'அப்படியானால், படிப்பு?'

'அது ஒரு பெரிய விஷயமா? மிகக் குறைந்த கட்டணத்தில் ஏதாவது ஒரு சிறிய பள்ளியில் சேர்த்துவிடுங்கள். எப்படியும் பதினைந்து ஆண்டுகளில் கோடீஸ்வரனாகப்போகிற பையனுக்குப் படிப்பு முக்கியமா என்ன?'

மேலோட்டமாகப் பார்க்கும்போது இந்த வாதம் சரியாகத் தோன்றலாம். ஆனால், படிப்பு என்பது வெறுமனே வேலையைப் பெறுகிற, சம்பாதிக்க உதவுகிற கருவிமட்டும்தானா? அதைத் தாண்டிக் கல்வியின்மூலம் நமக்குக் கிடைக்கின்ற மற்ற நன்மைகள், மன முதிர்ச்சி, சிந்தனைச் செழுமை, நல்ல குடிமக்களாக வாழ்வதற்கு வழிகாட்டும் பண்புகள், நாம் படித்ததைக் கொண்டு சமூகத்துக்கு நாம் வழங்கப்போகிற பங்களிப்புகளையெல்லாமும் கருத்தில் கொண்டால்தான் இதைச் சரியாகப் புரிந்துகொள்ள இயலும்.

இதைச் சரியாக உணர்ந்த நம் முன்னோர்கள் தெய்வங்களைக்கூடக் கலைமகள், திருமகள், மலைமகள் என்று தெளிவாக வகைப்படுத்திச் சொன்னார்கள். கல்விக்குக் கலைமகள், செல்வத்துக்குத் திருமகள், வீரத்துக்கு மலைமகள் என்று விளக்கி, இந்த மூன்று நலங்களும் நம் வாழ்வில் முதன்மையானவை என்று புரியவைத்தார்கள்.

ஆனால், இந்த மூன்றில் எது மிக உயர்வானது என்ற மிகச் சிக்கலான கேள்வியை எடுத்துக்கொண்டு அதை அழகாகவும் எளிமையாகவும் அலசிப் புரியவைத்திருக்கிறார் கண்ணதாசன். டி. எம். சௌந்தர்ராஜன் குரலில் கே. வி. மகாதேவன் இசையில் அமைந்த அந்தப் பாடல் கேட்கிற ஒவ்வொருவருக்கும் தங்கள் வாழ்க்கையிலிருந்து பல கணங்களை நினைவுபடுத்தி,

ஒப்பிடவைத்துச் சிந்திக்கச்செய்யக்கூடியது:

கல்வியா, செல்வமா, வீரமா?

அன்னையா, தந்தையா, தெய்வமா?

அறிவையும் பொருளையும் துணிவையும் ஒப்பிடுவதென்பது ஒருவர் தன் தாயையும் தந்தையையும் தான் வணங்குகின்ற தெய்வத்தையும் ஒப்பிடுவதற்குச் சமம். இவை அனைத்தும் ஒன்றோடொன்று கலந்தவை, ஒன்றிலிருந்து ஒன்று பிறக்கிறவை, இவற்றில் உயர்வு, தாழ்வு பார்த்தல் தகாது:

ஒன்றில்லாமல் மற்றொன்று உருவாகுமா?

இதில் உயர்வென்றும் தாழ்வென்றும் பிரிவாகுமா?

ஒருவன் நிறையப் படித்திருக்கிறான். ஆனால், அந்த அறிவை வைத்து அவனால் சாப்பிடமுடியுமா? பணத்தைச் சம்பாதித்தால்தானே உணவும் வீட்டுக்கு வேண்டிய மற்ற பொருட்களும் கிடைக்கும்!

இன்னொருவன் நிறையச் செல்வம் வைத்திருக்கிறான். ஆனால், அவனுக்குத் துளியும் அறிவில்லை. அவனை ஊர் மதிக்குமா? வெளியில் சிரித்தாலும் முதுகுக்குப் பின்னால் அவனைக் கேலி செய்து சிரிப்பார்களல்லவா?

வேறொருவனிடம் படிப்பும் இருக்கிறது, செல்வமும் இருக்கிறது. ஆனால், துணிச்சல் இல்லை. எதையும் செய்யத் தயங்குகிறான், இப்படி ஆகிவிடுமோ, அப்படி ஆகிவிடுமோ என்று அஞ்சி நடுங்குகிறான். அவனால் நிம்மதியாக வாழமுடியுமா?

கற்றோர்க்குப் பொருள் இன்றிப் பசி தீருமா?

பொருள் பெற்றோர்க்கு அறிவின்றி புகழ் சேருமா?

கற்றாலும், பெற்றாலும் பலம் ஆகுமா?

வீரம் காணாத வாழ்வென்றும் வாழ்வாகுமா?

இவ்வுலகில் நிறையப் படித்தவர்கள் ஏராளமாக இருக்கிறார்கள். ஆனால், ஊர் அவர்களை மதிக்கிறதா? சிறிதும் அறிவில்லாவிட்டாலும் பெட்டி நிறையப் பணத்தைச் சேர்த்துவைத்திருக்கிற பணக்காரர்களுடைய குரல்தானே அம்பலம் ஏறுகிறது! அவர்கள் பேசுவதைத்தானே எல்லா அவைகளும் மதித்துக் கேட்கின்றன!

படித்தவன் கருத்தெல்லாம் சபை ஏறுமா?

பொருள் படைத்தவன் கருத்தானால் சபை மீறுமா?

ஆனால், இந்த இருவரையும் தூக்கி வீசிவிடக்கூடிய இன்னொருவன் இருக்கிறான். அவன், வலிமை கொண்டவன். அவனுக்குமுன்னால் படித்தவனும் செல்வம் நிறைந்தவனும் நடுங்கி நிற்கவேண்டியதுதான்.

படித்தவன், படைத்தவன் யாராயினும்

பலம் படைத்திருந்தால் அவனுக்கு இணையாகுமா?

இப்படி மாற்றி மாற்றிப் பேசிக்கொண்டே இருந்தால் எப்படி? கல்வி, செல்வம், வீரம் இந்த மூன்றில் எது இருந்தால் மிக நல்லது?

இந்தக் கேள்வியைச் சற்று மாற்றிச் சிந்திக்கச்சொல்கிறார் கண்ணதாசன். அதாவது, இந்த மூன்றில் எது இருக்கவேண்டும் என்பதைவிட, எது இல்லாவிட்டால் என்ன ஆகும் என்று யோசியுங்கள் என்கிறார். அப்போது, இவற்றில் எந்த இரண்டு இருந்தாலும் மூன்றாவது இல்லாவிட்டால் வாழ்க்கை முழுமையடையாது என்பது புரியும், மூன்றும் நமக்குத் தேவை என்பது விளங்கும்.

கல்வியும் செல்வமும் வீரமும் ஒன்றையொன்று பகைத்துக்கொள்ளாமல் இயைந்துநிற்கவேண்டியவை. ஒருவரிடம் இவை மூன்றும் ஒன்றாகச் சேர்ந்தால்தான் மிகப் பெரிய வெற்றி கிடைக்கும்:

ஒன்றுக்குள் ஒன்றாகக் கருவானது!

அது ஒன்றினில் ஒன்றாகப் பொருளானது!

ஒன்றை ஒன்று பகைத்தால் உயர்வேது?

மூன்றும் ஓரிடத்தில் இருந்தால் நிகரேது?

ஆக, பல தலைமுறைகளும் உட்கார்ந்து சாப்பிடும் அளவுக்குச் செல்வம் வேண்டும் என்று ஆசைப்படுவதைவிட, எல்லாரும் எப்போதும் நம்மை மதித்துப் புகழும்படி அறிவு வேண்டும் என்று ஆசைப்படுவதைவிட, பகைவர்கள் நம்மைக் கண்டு நடுங்கும்படியான வீரம் வேண்டும் என்று ஆசைப்படுவதைவிட, இந்த மூன்றும் சேர்ந்து நமக்குத் துணையாக நிற்கும் நல்ல வாழ்க்கைக்கு ஆசைப்படுவதுதான் உயர்வு:

மூன்று தலைமுறைக்கும் நிதி வேண்டுமா?
காலம் முற்றும் புகழ் வளர்க்கும் மதி வேண்டுமா?
தோன்றும் பகை நடுங்கும் பலம் வேண்டுமா?
இவை மூன்றும் துணை நிற்கும் நலம் வேண்டுமா?

குழந்தையை எல்.கே.ஜி.யில் சேர்க்கும்போதே அவனுக்கு எந்தக் கல்லூரியில் இடம் கிடைக்கும், எந்த நிறுவனத்தில் வேலை கிடைக்கும் என்று கனவு கண்டு திட்டமிடுகிற காலம் இது. அப்படிக் கனவு காண்பதில் தவறில்லை. ஆனால், மொத்தக் கவனத்தையும் அப்படி ஒரு திசையில் குவிக்காமல், அவன் அறிவை வளர்த்துக்கொள்ளவேண்டும், அதைக்கொண்டு பணத்தையும் மற்ற வசதிகளையும் சம்பாதிக்கவேண்டும், தான் சிந்தித்து எடுக்கும் தீர்மானங்களைத் துணிவோடு செயல்படுத்தி, அதில் வருகிற வெற்றி, தோல்விகளைக் கண்டு மனம் தடுமாறாமல் முன்னேறிச் சென்று பயனுள்ள சாதனைகளைப் புரிந்து, மகிழ்ச்சியாக வாழவேண்டும் என்கிற முழுமையான கனவைக் காண்பது எப்பேர்ப்பட்ட வேறுபாடு!

★★★

10. காதல் கீதல் பண்ணலாமா?

பேருந்தில் எனக்கு முன்னால் ஓர் இளைஞர் அமர்ந்திருந்தார். பக்கத்தில் அவருடைய தந்தை. இருவரும் நண்பர்களைப்போல் கலகலப்பாகப் பல்வேறு விஷயங்களைப் பேசிக்கொண்டு வந்தார்கள்.

பேச்சின் நடுவில் அந்தத் தந்தை கேட்டார், 'டேய், நீ காலேஜ் போய் ரெண்டு வருஷமாச்சு. ஏதாச்சும் லவ்வு கிவ்வு உண்டா?'

'போங்கப்பா' என்று செல்லமாக வெட்கப்பட்டார் அந்த இளைஞர், 'இந்த மூஞ்சியையெல்லாம் எவ லவ் பண்ணுவா?'

'சும்மா நடிக்காதேடா' என்றார் அவருடைய தந்தை, 'எதுவா இருந்தாலும் என்கிட்ட தயங்காம சொல்லு.'

'அப்பா, உண்மையைத்தான் சொல்றேன். நீங்க எனக்குக் கொடுக்கற பாக்கெட் மணியில லவ்வெல்லாம் எனக்குக் கட்டுப்படியாகாதுப்பா' என்று அவர் சொன்னதும் இருவரும் மனம் விட்டுச் சிரித்தார்கள்.

அதன்பிறகு, அந்தத் தந்தை தன் மகனுக்குச் சற்றுத் தீவிரமாகச் சில அறிவுரைகளைச் சொல்லலானார், காதல் விவகாரங்களில் சிக்கியதால் வாழ்க்கை இலக்குகளை எட்டாமல் சிரமப்படுகிற சிலருடைய எடுத்துக்காட்டுகளை விவரித்தார், 'லவ்வுங்கறது தப்பில்லை. ஆனா, அதன்மூலம் நாம எதை இழக்கறோம்ங்கறதைக் கவனிச்சுக்கணும். அந்த மயக்கத்துல அது நம்ம கண்ணுக்குத்

தெரியாது. ஆனாலும் விழிச்சு எழுந்து கவனிக்கணும். ஒருவேளை, நாம இழக்கப்போற விஷயம் நமக்கு முக்கியம்ன்னா, லவ்வைக் கொஞ்ச நாளைக்கு ஒத்திவைக்கக் கத்துக்கணும்' என்றார்.

அக்கறையான இந்தப் பேச்சில் சிறிதும் நாடகத்தனம் தெரியவில்லை, அழுகையோ, மிரட்டலோ, அதட்டலோ, கண்டிப்போ, குற்றவுணர்ச்சியைத் தூண்டுதலோ இல்லை. ஆனால், 'நாங்கள் உன்னைக் கஷ்டப்பட்டுப் படிக்கவைக்கிறோம். நீ நன்றாகப் படித்துப் பெரிய வேலைக்குப் போய் நம் குடும்பத்தைக் காப்பாற்றுவாய் என்று நாங்கள் எதிர்பார்த்துக்கொண்டிருக்கிறோம். அதைத் தடுக்கக்கூடிய எதிலும் மயங்கிவிடாதே' என்று அவருக்குத் தன் கடமையைத் தெளிவாக உணர்த்திவிட்டார் அந்தத் தந்தை.

அவர்கள் பேருந்தில் இதைப் பேசிய அதே விநாடியில், கிட்டத்தட்ட இதேபோன்ற உரையாடல் உலகெங்கும் பல பெற்றோருக்கும் பிள்ளைகளுக்கும் இடையில் நடந்துகொண்டிருக்கும். இல்லாவிட்டால், ஆசிரியர்களோ, வழிகாட்டிகளோ, நண்பர்களோ, நலம் விரும்பிகளோ, தெருவில் சந்திக்கிற ஒருவரோகூட இளைஞர்களுக்கு அந்த அறிவுரையைச் சொல்லக்கூடும், 'இந்த வயதில் காதல் உன் கண்ணை மறைத்துவிடும். சற்றுக் கவனமாக இரு.'

ஆனால், இயற்கை இந்த உரையாடல்களுக்கு எதிர்த்திசையில் இருக்கிறது. அது ஆணும் பெண்ணும் பருவ வயதில் காதல் வயப்படவேண்டும், குறைந்தது இனக்கவர்ச்சியிலாவது சிக்க வேண்டும் என்று விரும்புகிறது, அதற்கான உள், வெளி ஏற்பாடுகளைச் செய்திருக்கிறது. ஏனெனில், அப்போதுதான் இனப்பெருக்கம் நடக்கும், உலகத்தில் உயிர்கள் நிலைக்கும்.

இப்படி ஒருபக்கம் இயற்கையும், இன்னொருபக்கம் எதார்த்த வாழ்க்கையும் வலுவாகப் பிடித்திழுக்க நடுவில் சிக்கிக்கொள்ளும் இளைஞர்கள் திணறிப்போகிறார்கள், எந்த வழியில் செல்வது, இரண்டு வழிகளிலும் செல்லமுடியுமா என்று திகைக்கிறார்கள். அதன்பிறகு, பிறருடைய அறிவுரைகளாலோ, சொந்த அறிவாலோ, பட்டுத் தெளிந்தோ அவர்கள் தங்களுடைய வழியைத் தீர்மானித்து முன்னேறுகிறார்கள். இது சுவையோ, சுமையோ, சுவையான சுமையோ, அவரவர்க்குத்தான் தெரியும்.

அவன் ஒரு நடனக்கலைஞன். அதே துறையைச் சேர்ந்த இன்னொரு பெண்ணின்மீது காதல்வயப்படுகிறான். அவளைச் சந்திப்பதற்கென அவளுடைய ஊருக்குப் புறப்பட்டு வருகிறான்.

அப்போது, அவனோடு இருக்கும் மற்ற கலைஞர்கள் அவனுடைய இந்த நடவடிக்கைகளைப் பார்த்து ஐயம் கொள்கிறார்கள். அவனுக்குப் பின்னாலேயே அவர்களும் புறப்பட்டு வருகிறார்கள், கையும் காதலுமாக அவனைப் பிடித்துவிடுகிறார்கள், 'தம்பி, உங்களை நம்பி எங்கள் குடும்பங்களெல்லாம் இருக்கின்றன. நீங்கள் இப்படிக் காதல் வலையில் சிக்கிக்கொள்ளலாமா?' என்று உரிமையோடு கேலி செய்கிறார்கள், 'கலைஞர்களுக்குப் பெயர் முக்கியமில்லையா? ஒருவேளை, உங்கள் பெயர் கெட்டுப் போய்விட்டால் மற்றவர்கள் உங்களை ஆட அழைப்பார்களா? உங்களுக்கு வாய்ப்பு இல்லாவிட்டால் நாங்களும்தானே பட்டினி கிடக்கவேண்டும்? இந்தக் காதல் தேவையா?' என்று எதார்த்தமாகவும் பேசுகிறார்கள். இளையராஜா இசையில் கங்கை அமரன் வரிகளில் மலேசியா வாசுதேவன் அவர்களுடைய குரலை நம் முன்னால் கொண்டுவருகிறார்:

> 'ஊரு விட்டு ஊரு வந்து,
> காதல் கீதல் செய்யாதீங்க!
> பேரு கெட்டுப் போனதுன்னா
> நம்ம பொழப்பு என்னாகுங்க!
> விட்டுடு தம்பி, இது
> வேணாம் தம்பி,
> இத்தனை பேரு வீடு
> உங்களை நம்பி!'

அவன் அவளை நேசிப்பதுபோலவே தன் கலையையும் நேசிக்கிறான், தன்னை நம்பியிருக்கும் கலைஞர்களையும் நேசிக்கிறான். அதனால், 'என்னைப்பற்றி நீங்கள் இப்படி நினைக்கலாமா? நான் அப்படியெல்லாம் பாதை மாறிச் செல்கிற ஆளா?' என்று ஆதங்கத்துடன் கேட்கிறான்.

இங்கு அவனுடைய குரலாக ஒலிப்பதும் அதே மலேசியா வாசுதேவன்தான். முன்பு நகைச்சுவையாகப் பாடியவர் இப்போது

நாயகனுக்குரிய கம்பீரத் தொனியில் தன்னையே எதிர்க்கேள்வி கேட்கிறார்:

'அண்ணாச்சி என்னை
எப்போதும் நீங்க
தப்பாக எண்ணவேணாம்!
பொண்ணால கெட்டுப் போவேனோ என்று
ஆராய்ச்சி பண்ணவேணாம்!'

காதல் என்பது இன்றைக்கு, நேற்றைக்குத் தொடங்கியதா? பன்னெடுங்காலமாக எத்தனையோ பேர் இவர்களைப்போல் காதலில் விழவில்லையா? ஒன்றாகச் சேர்ந்து வாழவில்லையா? பெண்ணாசையால் கெட்டுப்போனவர்கள் சிலர் என்றால், பெண்ணை நம்பி வாழ்வில் முன்னேறியவர்கள் பலர். எங்கள் காதல் யாரையும் அழிக்காது, வாழவைக்கும் என்கிறான் அவன், அதனால் எங்களைப் பிரிக்கப் பார்க்காதீர்கள், சேர்த்துவைப்பதற்கு உதவுங்கள் என்று வேண்டுகிறான்.

'ஊருல உலகத்துல
எங்க கதை போலெதும் நடக்கலையா?
வீட்டையும் மறந்துப்புட்டு
வேற ஒரு நாட்டுக்கு ஓடலையா?
மன்மத லீலையை வென்றவர் உண்டோ!
மங்கையில்லாதொரு வெற்றியும் உண்டோ!
காதல் ஈடேற,
பாடு என்கூட!'

பெண்ணின் நினைப்பும் காதலும் தன்னுடைய கலையைக் கெடுத்துவிடும் என்ற எண்ணத்தை அவன் ஏற்கவில்லை. வாழ்க்கையை ரசிக்கவேண்டுமென்றால், வாலிபம் இனிக்க வேண்டுமென்றால் ஒரு காதலியின் அன்பு வேண்டாமா என்று வாதிடுகிறான், அவளைப் பார்த்ததும் தனக்குள் ஆயிரம் கற்பனைகள் உதிப்பதையும் அதன்மூலம் தன் படைப்பூக்கம் பெருகுவதையும் விளக்குகிறான், அவர்களையும் தங்களுக்கான காதலைத் தேடும்படி அழைக்கிறான், இதுதான் உலகத்தை இயக்கும் ஆற்றல் என்கிறான்.

'ஆணாப் பொறந்தா
எல்லாரும் பொண்ண அன்பாக எண்ணவேணும்!
வீணாத் திரிஞ்சா ஆனந்தம் இல்லை,
வேறென்ன சொல்லவேணும்!
வாழ்க்கையை ரசிக்கணும்ன்னா
வஞ்சிக்கொடி வாசனை படவேணும்!
வாலிபம் இனிக்கணும்ன்னா
பொண்ணைக் கொஞ்சம் ஆசையில் தொடவேணும்!
கன்னியைத் தேடுங்க,
கற்பனை வரும்,
கண்டதும் ஆயிரம் காவியம் வரும்!
காதல் இல்லாம,
பூமி இங்கேது!'

உலகம் இருக்கும்வரை காதல் இருக்கும். ஆனால், எது காதல் என்கிற தெளிவு இல்லாத வயதில் எதையோ காதல் என்று எண்ணி மயங்கக்கூடிய சூழ்நிலையில் இதுபோன்ற இரட்டைக் குரல்களின் வாதம் நமக்குள் ஒலிப்பது நல்லதுதான். எதையும் எடை போட்டு, ஆராய்ந்து, அதன்பிறகு ஏற்றுக்கொள் என்பதுதான் அறிவியல். அதன் அடிப்படையில் காதலையும் பரிசோதித்துப்பார்த்துவிட்டு ஏற்றுக்கொள்வது பொருத்தமாக இருக்கும். அது பொய்யான காதலை நீக்கும், உண்மைக் காதலை இன்னும் உறுதியாக்கும்!

★★★

11. யாருக்கும் வாழ்வு உண்டு!

ஜப்பானில் ஓர் அழகிய கிராமம். அங்கு வயதான சாமுராய் ஒருவர் இருந்தார். அந்த ஊர் மக்கள் எல்லாரும் அவரை மிகவும் மதித்தார்கள், எல்லா விஷயங்களிலும் அவருடைய அறிவுரையைக் கேட்டு நடந்தார்கள்.

அதே ஊரில் இளைய சாமுராய் ஒருவரும் இருந்தார். அவருக்கு இந்த முதிய சாமுராயின் புகழைப் பார்த்துப் பொறாமை, ‘எல்லாரும் ஏன் அவருக்குப் பின்னால் ஓடுகிறீர்கள்? நான் என்ன குறைந்துபோய்விட்டேன்?’ என்று எரிச்சலானார்.

ஒருநாள், இளைய சாமுராய் முதிய சாமுராயின் வீட்டுக்குச் சென்றார், ‘நம் இருவரில் யார் பெரிய ஆள் என்று மோதிப் பார்த்துவிடலாமா?’ என்று சவால் விட்டார், ‘ஒத்தைக்கு ஒத்தை வர்றியா?’ என்று சீண்டினார்.

முதிய சாமுராய் சிறிதும் பதறவில்லை, ‘சண்டைதானே? கண்டிப்பாக வருகிறேன்’ என்றார், ‘ஆனால், அதற்குமுன்னால் நாம் இருவரும் கொஞ்சம் தேநீர் அருந்தலாமா?’ என்றபடி அடுப்பைப் பற்றவைத்தார்.

அவருடைய பொறுமையான அணுகுமுறையால் இளைய சாமுராய்க்கு இன்னும் எரிச்சல் வந்தது. ஆனால், தேநீர் அருந்த வா என்று அழைக்கிறவரை மறுக்கவும் அவருக்கு மனம் வரவில்லை,

அதனால், 'இந்தத் தேநீரைக் குடித்துவிட்டு இவருடைய கதையை முடித்துவிடலாம்' என்று நினைத்துக்கொண்டு காத்திருந்தார்.

அடுத்த பல நிமிடங்களுக்கு முதிய சாமுராய் பொறுமையாகத் தேநீர் தயாரித்தார். அவருடைய நகர்வுகளும் அசைவுகளும் ஒரு நடனத்தைப்போன்ற ஒழுங்குடன் இருந்தன. அலமாரியிலிருந்து கோப்பைகளைக் கச்சிதமாக எடுத்துவைத்தார், அவற்றில் தேநீரை ஒரேமாதிரியாக ஊற்றினார். ஒரு துளி என்றால் ஒரு துளி தேநீர்கூடக் கீழே சிந்தவில்லை. ஏனெனில், அவரிடம் சிறிதும் அவசரமில்லை, பதற்றமில்லை, அச்சமில்லை.

இதைக் கண்ட இளைய சாமுராய் நடுங்கத் தொடங்கினார், 'இந்த முதிய வயதில் ஓர் இளைஞனுடன் சண்டை போடவேண்டும் என்கிற சூழ்நிலை வந்தபோதும் சிறிதும் உணர்ச்சிவயப்படாமல் பொறுமையாகவும் கவனத்துடனும் சிறு பிசிறுகூட இல்லாமலும் தேநீர் தயாரிக்கிற இவர் போர்க்களத்தில் எத்தனை கவனத்துடன் செயல்படுவார்!' என்று கற்பனை செய்து கலங்கினார், 'தேநீர் போதும், சண்டை வேண்டாம்' என்று போட்டியிலிருந்து விலகிக்கொண்டார்.

சாமுராய்களுக்குமட்டுமில்லை, நம் எல்லாருக்கும் பொறுமையான, அமைதியான, பதற்றமில்லாத மனநிலை நாள்தோறும் தேவைப்படுகிறது. இல்லாவிட்டால், சிறு உணர்ச்சிவயப்படலும் நம் செயல்திறனைப் பாதித்துவிடும், வேலையில் குறைகளைக் கொண்டுவந்துவிடும்.

பொதுமக்களுக்கே இப்படி என்றால், கலைஞர்களுக்கும் படைப்பாளிகளுக்கும் எப்பேர்ப்பட்ட மனநிலை தேவைப்படும் என்று யோசியுங்கள். அன்றாட வாழ்க்கையின் கவலைகள் தொடர்ந்து அரித்துக்கொண்டிருந்தால் அவர்களால் எப்படிப் படைப்பூக்கத்துடன் இயங்கமுடியும்?

அந்தப் பெருங்கவிஞர் ஒரு சிக்கலில் மாட்டிக்கொண்டிருந்தார். அதிலிருந்து வெளிவருவது எப்படி என்று தெரியாமல் மன உளைச்சலில் தடுமாறினார் அவர். ஏதேதோ சிந்தனைகள், குழப்பங்கள் அவரைத் துன்புறுத்தின.

சிறந்த காவியங்களைப் படைப்பதற்கெனப் பிறந்தவர் இதுபோன்ற சிறுமை வலையில் சிக்கித் தவிக்கலாமா?

அவனை வழிநடத்துவதற்கென்று தாயைப்போல் வருகிறார் ஒருவர், 'நீ கவிச்சிங்கம், தளரலாமா?' என்று அறிவுறுத்துகிறார். கே.வி. மகாதேவன் இசையில் கண்ணதாசன் வரிகளில் கே.பி. சுந்தராம்பாளின் கணீரென்ற குரலில் ஒலிக்கும் அந்த வரிகள், துவண்டிருக்கும் யாருக்கும் துணை நிற்பவை:

'காலத்தில் அழியாத காவியம் தர வந்த
மாபெரும் கவி மன்னனே,
உனக்குத் தாய் ஒரு மொழி சொல்லுவேன்!
உணர்ச்சியில் விளையாடும்
உன்னதக் கவிச்சிங்கம்
தளர்ச்சியில் விழலாகுமா?
மகனே,
சந்தனம் சேறாகுமா?'

சந்தனத்துக்குத் தன்னுடைய மணம் நன்றாகத் தெரியும். ஆனால், வேறு சிந்தனைகளால் மனம் தளர்ந்திருக்கும்போது அது தன்னைச் சேறாக நினைத்துக்கொண்டு வருந்தக்கூடும். அந்த ஐயத்தைத் தவிர்ப்பதற்கு உள்ளத்தில் தன்னம்பிக்கை வேண்டும். அது குறைந்திருக்கும்போது அருகிலுள்ளவர்கள் அதை ஊட்டவேண்டும். இல்லாவிட்டால், ஊட்டச்சத்துக் குறைபாட்டால் உடல் வருந்துவதுபோல், ஊக்கச்சத்துக் குறைபாடு உள்ளத்தை மெலியச்செய்துவிடும்.

'கவி மன்னன்' என்று தன் மகனைப் புகழும் இந்தத் தாய், 'புவி மன்னர்களெல்லாம் உனக்கு ஈடாகமாட்டார்கள்' என்று ஊக்குவிக்கிறார், 'அவர்களிடம் இருக்கும் செல்வங்களெல்லாம் உன்னுடைய சொல்லுக்கு இணையாகுமா? நீ எழுதும் வரிகளைப் படித்து இந்த உலகமே மயங்குகிறது, கற்றுக்கொள்கிறது, முன்னேறுகிறது, அது உனக்குத் தெரியவில்லையா?' என்கிறார்.

'பல்லக்கு, பரிவாரம், படையுடன் முடியும்
உன் சொல்லுக்கு விலையாகுமே!
மகனே,
உன் தோளுக்குள் புவி ஆடுமே.'

கலைஞர்கள் மற்ற மனிதர்களைப் போன்றவர்கள் இல்லை. ஏனெனில், அவர்களுக்குள் கலைமகள் வீற்றிருக்கிறார். அவர்கள் பிறர் பேச்சைக் கேட்டுக்கொண்டு, தன்மீது ஐயம் கொண்டு, படைப்பதை நிறுத்திவிட்டால், அந்தத் தெய்வத்தின் உள்ளம் வருந்தும். அதனால், தொடர்ந்து சிறப்பாகப் படைத்துக் கொண்டிருப்பது அவர்களுடைய கடமை.

'ஊருக்குக் கதை சொல்வோர்
உள்ளத்தை வதை செய்தால்
சீர் பெறும் கவி வாடுமே,
மகனே,
தெய்வத்தின் முகம் வாடுமே.'

ஆனால், கண்முன்னால் ஒரு துன்பம் நடக்கும்போது அதைப் பார்த்து உள்ளம் கலங்காமல் இருக்கமுடியுமா? என்னதான் கலைஞன் என்றாலும், சேணம் மாட்டிய குதிரையைப்போல் அக்கம்பக்கம் பார்க்காமல் ஓடமுடியுமா? எல்லாவற்றையும் மென்று விழுங்கிக்கொண்டு எதைப்பற்றியும் கவலைப்படாமல் படைத்துக்கொண்டே இருக்கமுடியுமா?

'வாழ்வு, தாழ்வு என்று நீ நினைப்பதெல்லாம் சிறு காட்சிகள்தான்' என்று புரியவைக்கிறார் அந்தக் கவிஞரின் தாய், 'வரலாறு என்பது சுழலும் சக்கரம்தான். இன்று வாழ்பவன் நாளை தாழ்வான், இன்று சோர்ந்திருப்பவன் நாளை உயர்வான். உன்னுடைய துன்பங்கள் தீரும். அந்த நாள் வரும்வரை பொறுமையாக இரு' என்கிறார்.

'வாழ்வு என்றும், தாழ்வு என்றும்,
வளம் என்றும், குறைவு என்றும்
சக்கரம் சுழல்கின்றது,
அதில்தான் சரித்திரம் நிகழ்கின்றது.
யாருக்கும் வாழ்வு உண்டு,
அதற்கு ஒரு நாள் உண்டு,
அதுவரை பொறுப்பாயடா,
மகனே,
என் அருகினில் இருப்பாயடா!'

பங்குச்சந்தையில் புதிதாக நுழைகிறவர்கள் தாங்கள் வாங்கிய பங்குகளின் விலை ஏறி, இறங்குவதைப் பார்த்து மகிழ்வார்கள், அல்லது பதறுவார்கள். ஆனால், அதே துறையில் நல்ல அனுபவம் கொண்டவர்கள், 'முதலீட்டு வாழ்க்கையில இதெல்லாம் சாதாரணமப்பா' என்பதுபோல் அமைதியாக இருப்பார்கள். ஏனெனில், அன்றாடச் செய்திகள், ஏற்ற, இறக்கங்களைவிட, தொலைநோக்கில் சந்தை முன்னேறுகிறதா, இல்லையா என்கிற கோணம்தான் அவர்களுக்கு முதன்மையாகத் தோன்றும்.

அத்துடன், நாள்தோறும் பல்வேறு மாற்றங்கள் நிகழ்ந்து கொண்டிருக்கிற சூழலில் ஒவ்வொன்றுக்கும் உணர்ச்சிவயப்பட்டு ஆற்றலை வீணடித்தால், தேவையான நேரத்தில் நம்முடைய முழுத்திறனையும் காட்ட இயலாது. அதனால் உடலிலும் மனத்திலும் உண்டாகும் வீண் தேய்மானங்கள் தனிக்கணக்கு!

விநாடிக்கு விநாடி பல வழிகளில், பல திரைகளில், பல தளங்களில் பரபரப்பான செய்திகள் நம் கண்ணையும் காதையும் மூளையையும் குறிவைத்துக் குவிந்துகொண்டிருக்கிற காலகட்டம் இது. அவை ஒவ்வொன்றுக்கும் எதிர்வினையாற்றிக்கொண்டிருப்பது நம் வளர்ச்சிக்குத் தடையாகிவிடும். அவற்றில் பெரும்பாலானவை அடுத்த சில நிமிடங்களில், அல்லது, சில நாட்களில் மதிப்பிழந்துபோகும் குப்பைத் தகவல்கள்தான் என்கிற தெளிவு வரவேண்டும். அத்துடன், அந்தக் குப்பைக்கு நடுவில் பயனுள்ள, நம் ஆற்றலைச் செலவிடவேண்டிய விஷயங்களைத் தேடிக் கண்டுபிடிக்கிற திறமையும் வேண்டும்.

நடப்பவற்றை உன்னிப்பாகப் பார்த்தபடி அமைதியாகவும் பொறுமையாகவும் காத்திருக்கிற, தேவையான நேரத்தில்மட்டும் செயல்படுகிற திறன் ஒரு சிறந்த வாழ்க்கைக் கலை. அதைப் பழகியவர்கள் எந்த மோதலிலும் வெல்வார்கள், அந்த முதிய சாமுராயைப்போல் மோதாமலும்கூட வென்றுவிடுவார்கள்!

★★★

12. யோசிக்கணும் நேசிக்கணும்!

எங்கள் வீட்டுக்குச் சில மளிகைப் பொருட்களை வாங்க வேண்டியிருந்தது. அதற்கான மொபைல் செயலியை எடுத்துத் திறந்தேன், எனக்கு வேண்டிய பொருளின் பெயரைத் தட்டித் தேடினேன். திரையில் மூன்று விடைகள் வந்தன.

அதாவது, ஒரே பொருளை மூன்று வெவ்வேறு நிறுவனங்கள் தயாரிக்கின்றன. இவற்றில் எதைத் தேர்ந்தெடுப்பது?

நான் அந்தப் பொருட்களைத் தயாரித்திருக்கும் நிறுவனங்களின் பெயர்களைப் பார்த்தேன், அவை நம்பகமான நிறுவனங்களா, தரமான பொருட்களைத் தயாரிக்கிறவர்களா, அவர்களுடைய தயாரிப்புகளை நாங்கள் இதற்குமுன் பயன்படுத்தியிருக்கிறோமா என்று சிந்தித்தேன், பொருட்களின் விலை, அளவு, சலுகைகள், வாடிக்கையாளர்கள் அவற்றுக்கு வழங்கியிருக்கும் மதிப்பெண் *(Star Rating)* போன்றவற்றைப் பார்த்தேன், இவை அனைத்தையும் சிந்தித்து ஒரு பொருளைத் தேர்ந்தெடுத்தேன்.

நூறு ரூபாய் விலையுள்ள மளிகைப் பொருளை வாங்குவதற்கு மக்கள் இவ்வளவு சிந்திக்கவேண்டியிருக்கிறது. அப்படியானால், திருமணம் என்னும் ஆயிரங்காலத்துப் பயிரை விளைவிப்பதற்கு, அதாவது, தங்களுக்கு ஏற்ற வாழ்க்கைத் துணைவரைத் தேர்ந்தெடுப்பதற்கு எவ்வளவு சிந்தனை தேவைப்படும்! ஒருவேளை,

அந்தக் கணக்கு தவறாகிவிட்டால் எப்பேர்ப்பட்ட சிக்கல்கள் வரக்கூடும்!

அதனால்தான், 'திருமணம் என்பது பெரிய ரிஸ்க்' என்று இன்றைய இளைஞர்கள் சொல்கிறார்கள். மனம் ஒத்துப்போகாத ஒருவருடன் வாழ நேர்ந்துவிட்டால் அது தங்கள் வாழ்க்கையைப் பலவிதங்களில் பாதிக்கும் என்று அவர்களுக்கு அச்சம் உண்டாகிறது.

இது ஏதோ இன்றைக்குத் தொடங்கிய புது அச்சம் இல்லை. பல தலைமுறைகளாகத் திருமண உறவு என்பது சரியாக அமையவேண்டுமே என்கிற பதற்றமும், அது சரியாகத்தான் அமையும் என்கிற இனிமையான நம்பிக்கையும் எல்லாருக்கும் இருந்திருக்கிறது. அவர்களுடைய குடும்பங்களும் சமூகமும்கூட அதை உணர்ந்திருக்கிறார்கள். 'எங்கள் பிள்ளைகளின் திருமணத்துக்குச் சுற்றமும் நட்பும் சூழ வருகை தந்து வாழ்த்துங்கள்' என்று அழைப்பு விடுக்கின்ற பழக்கமும், திருமணம் செய்துகொள்கிறவர்களைப் 'பதினாறும் பெற்றுப் பெருவாழ்வு வாழ்க' என்று வாழ்த்துகின்ற பண்பும் நல்லோர் வாழ்த்து தடைகளை விரட்டி நன்மையைத் தரும் என்கிற நம்பிக்கையிலிருந்துதான் வந்திருக்கும்.

மணமக்கள் நூறாண்டு வாழவேண்டும் என்பது வெறும் எண்ணிக்கைதான். அந்த நூறாண்டுகளில் அவர்கள் நல்லன்பைப் பகிர்ந்துகொள்ளவேண்டும், பணம், அறிவு, பண்பு, உடல்நலம், மனநலம், பிள்ளைகள் உள்ளிட்ட எல்லாச் செல்வங்களையும் பெறவேண்டும், சமூகத்தில் மகிழ்ச்சியுடன் வியந்து பார்க்கப்பட வேண்டும், எல்லாராலும் மதிக்கப்படவேண்டும், திருமண வாழ்க்கை ஆபத்தானதோ என்கிற அச்சத்தில் உள்ளவர்கள், 'மனமிருந்தால் நாமும் இவர்களைப்போல் நல்லபடியாகச் சேர்ந்து வாழலாம்' என்று நம்பும்விதமான நல்ல எடுத்துக்காட்டுகளாக வாழவேண்டும் என்று வாழ்த்துகிறது இந்தப் பாடல். வாலியின் வரிகளில், இளையராஜா இசையில், மனோவும் எஸ். ஜானகியும் பாடிய பாடல் இது.

> 'நூறு வருசம் இந்த மாப்பிள்ளையும் பொண்ணும்தான்
> பேரு விளங்க இங்கு வாழணும்.
> சோலைவனத்தில் ஒரு சோடிக் குயில்போலத்தான்
> காலம்முழுக்கச் சிந்து பாடணும்.

ஒண்ணுக்கொண்ணு பக்கத்துல
பொண்ணு, புள்ள நிக்கையிலே
கண்ணு படும் மொத்தத்துல,
கட்டழக, அம்மாடி என்ன சொல்ல!'

திருமணத்துக்கு மாப்பிள்ளை அல்லது பெண் தேடும்போது, சோதிடர்களிடம் சென்று பொருத்தம் பார்ப்பார்கள். ஓர் ஆணுக்கும் பெண்ணுக்கும் இடையில் பெரும்பாலான பொருத்தங்கள் இருந்தால்தான் அவர்களுடைய மணவாழ்க்கை சிறப்பாக அமையும் என்று ஒரு நம்பிக்கை. இப்போதெல்லாம் சோதிடப் பொருத்தங்களுடன் ஆளுமை, அடிப்படை நம்பிக்கைகள், மதிப்பீடுகள், நிதி தொடர்பான சிந்தனைகள் போன்றவற்றிலும் பொருத்தம் பார்க்கவேண்டும் என்கிறார்கள்.

இதனால், வெளிப்பார்வைக்குப் பொருத்தம் இல்லாததுபோல் தோன்றுகிறவர்களை ஊர் கேலி செய்கிறது, 'அங்க பாரு, இவனுக்கும் அவளுக்கும் ஏணி வெச்சாக்கூட எட்டாது' என்று கிண்டலடிக்கிறது, 'உன் பொண்ணு எவ்வளவு செவப்பு! அவளுக்கு இப்படி ஒரு கருப்பான மாப்பிள்ளையைப் பிடிச்சிருக்கியே!' என்று சீண்டுகிறது. இந்தப் பிற்போக்கான சிந்தனையை நகைச்சுவையான எடுத்துக்காட்டுகளுடன் முன்வைக்கிறார் வாலி:

'உசிலமணியாட்டம் உடம்பத்தான் பாரு,
தெருவில் அசைஞ்சாடும் திருவாரூர் தேரு,
ஓமக்குச்சிபோல புடிச்சாரு தாரம்,
தாங்கி அணைச்சாக்காத் தாங்காது பாரம்!
இவரு ஏழு அடி, நடக்கும் ஏணியடி,
நிலவை நின்னுக்கிட்டே தொட்டுடுவார் பாரு,
மனைவி குள்ளமணி, உயரம் மூணு அடி,
இரண்டு இணைஞ்சிருந்தா கேலி பண்ணும் ஊரு.
ரெட்ட மாட்டு வண்டி வரும்போது,
நெட்ட, குட்ட என்றும் இணையாது,
இந்த ஒட்டகம்தான் கட்டிக்கிடக்
குட்ட வாத்தைப் பிடிச்சா.'

ஆனால், இந்தக் கேலி, கிண்டலில் சிறிதும் உண்மையில்லை. எல்லாவிதங்களிலும் ஒத்துப்போகிறவர்கள் சேர்ந்து வாழமுடியாமல் பிரிவதும் நடக்கிறது. எடை, உயரம், நிறம், பழக்கங்கள் எனப் பலவிதங்களில் வெளியில் பொருத்தம் இல்லாததுபோல் தோன்றுகிறவர்கள் மிக நன்றாக ஒத்துப்போவதையும் நாம் பார்க்கிறோம். ஆக, யாருக்கு யார் பொருந்துவார்கள் என்பதை வெளியிலிருந்து பார்த்துச் சொல்லமுடியாது. அது அந்த இருவருடைய உள்ளங்களுக்குள் நடக்கிற மாயம்.

அதாவது, அவர்கள் ஒருவரை ஒருவர் புரிந்துகொண்டு, விட்டுக்கொடுத்து வாழ்கிறார்கள். அந்தப் பண்பு இருந்துவிட்டால் வெளிப் பொருத்தங்களைப் பொருட்படுத்தவேண்டியதில்லை. அப்படிப்பட்ட திருமணம்தான் நிலைக்கும்:

‘புருசன், பொஞ்சாதி பொருத்தம்தான் வேணும்,
பொருத்தம் இல்லாட்டி வருத்தம்தான் தோணும்.
அமைஞ்சா அதுபோலக் கல்யாணம் பண்ணு,
இல்ல, நீ வாழு தனியாளா நின்னு!’

ஆக, திருமண வாழ்வில் வெற்றி பெறுவதற்கு ஒரே வழி, துணையாக வரப்போகிறவருடைய தன்மைகளைப்பற்றிச் சிந்திப்பது, புரிந்துகொள்வது. அவர் நூறு சதவிகிதம் நம்மைப்போலவே, அல்லது, நாம் எதிர்பார்ப்பதைப்போலவே இருக்கவேண்டும் என்கிற எதிர்பார்ப்பு மிகச் சிலருக்குத்தான் உண்மையாகும். மற்றவர்கள் தங்களுக்குள் இருக்கிற ஏற்ற, இறக்கங்களை எப்படிச் சரிசெய்வது என்று யோசிக்கவேண்டும், அதுதான் திருமணத்துக்கான அடிப்படையாக இருக்கவேண்டும். ஒருவேளை, அவற்றைச் சரிசெய்ய இயலாது என்று தோன்றினால், நண்பர்களாகக் கைகுலுக்கிப் பிரிந்துவிடலாம். ஏனெனில், மனம் ஒட்டாத திருமண வாழ்க்கையில் வெறும் கசப்புதான் மிஞ்சும்.

‘முதலில் யோசிக்கணும்,
பிறகு நேசிக்கணும்,
மனசு ஏத்துக்கிட்டாச் சேத்துக்கிட்டு வாழு!
உனக்குத் தகுந்தபடி, குணத்தில் சிறந்தபடி இருந்தா
ஊரறிய மாலை கட்டிப் போடு!

சொத்து, வீடு, வாசல் இருந்தாலும்,
சொந்தம், பந்தம் எல்லாம் அமைஞ்சாலும்
அட உள்ளம் ரெண்டும் ஒட்டாவிட்டா
கல்யாணந்தான் கசக்கும்.'

காதல் திருமணம், பெற்றோரால் தீர்மானிக்கப்பட்ட திருமணம் ஆகியவற்றுள் எது சிறந்தது என்கிற உரையாடல் நெடுங்காலமாக நடந்துகொண்டிருக்கிறது. இந்த இரண்டுக்கும் நடுவிலும் ஒரு வழி இருக்கிறது என்பதைத்தான் இந்தப் பாடல் விளக்குகிறது. ஒருவர் தன்னுடைய வருங்காலத் துணைவரைத் தானே தேர்ந்தெடுக்கிறாரா, அல்லது, அவருடைய வீட்டார் தேர்ந்தெடுக்கிறார்களா என்பதைவிட, அப்படித் தேர்ந்தெடுக்கப்பட்டவரைப்பற்றி இருவரும் எந்த அளவு சிந்திக்கிறார்கள் என்பதுதான் முதன்மையாகிறது. 'என் கணவர் அல்லது மனைவி இப்படித்தான் இருக்கவேண்டும்' என்று முரட்டுப் பிடிவாதம் பிடிப்பதும் தவறு. 'எப்படி இருந்தாலும் நான் விட்டுக்கொடுத்து வாழ்வேன்' என்று முற்றிலும் தாழ்ந்துபோவதும் தவறு. இருவரும் இணையான உரிமைகள், கடமைகளைக் கொண்ட கூட்டாளிகள் என்ற நம்பிக்கையுடன் வெளிப்படையாகச் சிந்தித்தால் அந்தத் திருமணம் என்றென்றும் இனிக்கும், இருவரையும் உயர்த்தும்.

★★★

13. உறுதியோடு போராடு!

சமீபத்தில் பாரிஸ் நகரில் நடைபெற்ற பாரா ஒலிம்பிக்ஸில் (மாற்றுத்திறனாளிகளுக்கான ஒலிம்பிக் போட்டிகள்) இந்திய அணியின் சார்பில் அம்பெய்தலில் வெண்கலப் பதக்கம் வென்ற ஷீதல் தேவியை நினைவிருக்கிறதா? இரண்டு கைகளும் இல்லாமல் அவர் அம்பெய்கிற காட்சியைப் புகைப்படமாகவோ, வீடியோவிலோ பார்த்த யாராலும் அதை வாழ்நாள்முழுக்க மறக்கமுடியாது.

வில்லைத் தூக்கி, அதில் அம்பைப் பொருத்தி, நாணைப் பின்னால் இழுத்து விடுவிப்பதற்கு இரண்டு கைகளும் வேண்டும் என்றுதான் நாம் பொதுவாக நம்பிக்கொண்டிருக்கிறோம். ஆனால், பிறவியிலேயே கைகளின்றிப் பிறந்த ஒருவர் அந்த விளையாட்டைப் பயின்று, அதில் உலக அளவில் முன்னேறி முதலிடத்தைப் பிடித்திருக்கிறார் என்றால், மனிதன் நினைத்துவிட்டால் எதையும் சாதிக்கமுடியும் என்கிற நம்பிக்கைக்கான வாழும் எடுத்துக்காட்டாகத்தான் அவரைப் பார்க்கமுடிகிறது.

ஷீதலைப்போன்ற மாற்றுத் திறனாளிச் சாதனையாளர்கள் எங்கும் இருக்கிறார்கள். அவர்கள் எல்லாரும் ஒலிம்பிக் பதக்கம் வெல்லப்போவதில்லை. ஆனால், இயற்கையாகவோ செயற்கையாகவோ தங்கள்மீது எறியப்பட்டுவிட்ட ஒரு சவாலைத் துணிவோடு ஏற்றுக்கொண்டு அவர்கள் முன்னேறுகிறார்கள். அலுவலகங்களில், தொழிற்சாலைகளில், கல்விக்கூடங்களில்,

வீடுகளில், நீதிமன்றங்களில், மருத்துவமனைகளில், ஏன், சட்டமன்றங்கள், நாடாளுமன்றங்களில்கூட அவர்கள் பங்களிக்கிறார்கள், வரலாற்றில் இடம் பிடிக்கிறார்கள். அவர்களைப் பார்க்கும்போது, 'நாம் சந்திக்கிற அன்றாடச் சவால்களெல்லாம் ஒரு தூசுதான்' என்கிற உணர்வும் ஊக்கமும் மற்றவர்களுக்குள் உண்டாகிறது.

வாழ்க்கைமீது நமக்கு வருகிற சலிப்புகளும் திகைப்புகளும் ஏமாற்றங்களும் சோர்வுகளும் அதை ஒரு பூந்தோட்டமாகக் கற்பனை செய்துகொள்வதால்தான் உண்டாகின்றன. குளுகுளுவென்று தென்றல் வீசுகிற தோட்டத்தில் அமர்ந்து ஓய்வெடுக்கலாம் என்று வரும்போது அங்கு ஏதாவது ஒரு தடை உண்டானால் எரிச்சல் வருவது இயல்புதான்.

ஆனால், 'வாழ்க்கை பூந்தோட்டமில்லை, அது ஒரு போர்க்களம், ஒவ்வொரு கணமும் போராடித்தான் வெல்லவேண்டும். அதை அந்தப் பூவைப் பார்த்தே கற்றுக்கொள்ளலாம்' என்கிற மாறுபட்ட சிந்தனையோடு தொடங்கும் பாடல் இது. பா. விஜய் எழுத்தில், பரத்வாஜ் இசையில், கே. எஸ். சித்ரா பாடியது:

'ஒவ்வொரு பூக்களுமே சொல்கிறதே,

வாழ்வென்றால் போராடும் போர்க்களமே.'

பூக்களை மென்மைக்கும் அழகுக்கும் குறியீடாக நாம் கருதுகிறோம். ஆனால், இந்த எழிலான தோற்றத்தை அடைவதற்குமுன்னால் அது பல போராட்டங்களைச் சந்திக்கவேண்டியுள்ளது. அதன் விதை மோசமான நிலத்தில் விழுந்திருக்கலாம், அங்கு செடி வளர்வதற்குத் தேவையான வளங்கள் இல்லாமல் போகலாம், புயலும் வெயிலும் அந்தச் செடியைத் துன்புறுத்தலாம், சுற்றியிருக்கிற மற்ற செடிகொடிகள், மரங்களோடு தண்ணீருக்கும் சூரிய ஒளிக்கும் போராடவேண்டியிருக்கலாம், விலங்குகளும் பூச்சிகளும் செடியைத் தின்னப்பார்க்கலாம், இதையெல்லாம் தாண்டி அந்தச் செடி வளர்ந்து ஒரு பூவை மலரச்செய்திருக்கிறது, 'இத்தனை போராட்டங்களுக்கு நடுவில் நான் இன்னும் சிரித்துக்கொண்டுதான் இருக்கிறேன். நீங்கள் ஏன் சோர்ந்திருக்கிறீர்கள்?' என்று கேட்கிறது.

ஒவ்வொரு காலைப்பொழுதும்கூட நமக்கு இதேபோன்ற செய்தியொன்றைச் சொல்கிறது, 'நேற்று இரவு இருட்டியபோது

அச்சம் கொண்டீர்களா? கவலை வேண்டாம். சில மணி நேரத்துக்குப்பின் பொழுது விடியும், சூரிய ஒளி உலகை நனைக்கும். இருளைத் தொடர்ந்து ஒளி வரும். அதுபோல, எந்தத் தோல்வியையும் கடந்தும் நீங்கள் ஒரு நாள் வெல்வீர்கள். இதில் நம்பிக்கையோடு இருங்கள்.'

'ஒவ்வொரு விடியலுமே சொல்கிறதே,

இரவானால் பகல் ஒன்று வந்திடுமே.

நம்பிக்கை என்பது வேண்டும், நம் வாழ்வில்.

லட்சியம் நிச்சயம் வெல்லும், ஒரு நாளில்.'

ஒருவேளை, தோல்வியைக் கண்டு உங்கள் மனம் சோர்ந்துபோனால், அதை மாறச்சொல்லுங்கள். துன்பங்களை மலை என்று நினைத்து மலைத்துப்போனால் அவற்றை ஒன்றும் செய்யமுடியாது. துணிவோடு மோதினால் அந்த மலையைப் பனிபோல் கரைத்து உருக்கிவிடலாம்.

'மனமே, நீ மாறிவிடு.

மலையோ, அது பனியோ, நீ மோதிவிடு.'

வண்டிக்கு பெட்ரோல், டீசல்போல் மனிதனுக்கு உணவு. ஆனால், அது உடலுக்குமட்டும்தான். உள்ளத்துக்கு நம்பிக்கை என்கிற இன்னோர் உந்தாற்றல் தேவைப்படுகிறது. 'இது என்ன வாழ்க்கை' என்று அது நினைத்துவிட்டால், பாதாமும் பிஸ்தாவும் சாப்பிட்டு வளர்த்துவைத்த உடம்பால்கூட எதையும் சாதிக்கமுடியாது.

ஏனெனில், நாம் சந்திக்கும் சவால்களெல்லாம் நமக்குமட்டும் தனியாக வழங்கப்படுபவை இல்லை. எல்லாரும் சந்திக்கிறவைதான். காயங்களைப் பார்க்காத நெஞ்சம் இல்லை. அதற்கெல்லாம் அலட்டிக்கொள்ளாமல் நம்முடைய வேலையைப் பார்த்துக் கொண்டிருந்தால் காலப்போக்கில் அந்தக் காயங்கள் தானாக ஆறிவிடும். அந்த மாயத்தைப் பார்க்கவேண்டுமென்றால், தன்னம்பிக்கையும் உழைப்பும் பொறுமையும் தேவை.

'உள்ளம் என்றும் எப்போதும்

உடைந்துபோகக்கூடாது.

என்ன இந்த வாழ்க்கை

என்ற எண்ணம் தோன்றக்கூடாது.

எந்த மனிதன் நெஞ்சுக்குள்
காயம் இல்லை சொல்லுங்கள்,
காலப்போக்கில் காயமெல்லாம்
மறைந்துபோகும் மாயங்கள்.'

ஒரு மலையில் இரண்டு கற்கள் இருந்தனவாம். அதில் ஒரு கல், உளியைச் சந்திக்க அஞ்சி நடுங்கியதாம். எங்கோ சென்று ஒளிந்துகொண்டதாம். இன்னொரு கல், உளியை மகிழ்ச்சியோடு ஏற்றுக்கொண்டதாம், அதன் தாக்குதலைத் தாங்கிக்கொண்டதாம். அதனால் அது கடவுள் சிலையாக மாறி எல்லாராலும் வணங்கப்பட்டதாம்.

மனிதர்களும் அப்படித்தான். வலியைத் தாங்கிக்கொண்டு முன்னேறுகிறவர்களுக்குத்தான் மகிழ்ச்சியென்னும் வரம் கிடைக்கிறது. அதனால், துன்பங்களைப் பொருட்படுத்தாமல் நாம் தொடர்ந்து கனவு காணவேண்டும், அதற்காக நாள்தோறும் போராடவேண்டும், கனவை நனவாக்கவேண்டும்.

'உளி தாங்கும் கற்கள்தானே
மண்மீது சிலையாகும்!
வலி தாங்கும் உள்ளம்தானே
நிலையான சுகம் காணும்!
ஒரு கனவு கண்டால்,
அதைத் தினம் முயன்றால்,
ஒரு நாளில் நிஜமாகும்.'

கனவை நனவாக்கும் வல்லமை நமக்கு உண்டு என்றால், ஏன் சிறு கனவுகளைக் காணவேண்டும்? 'உள்ளுவதெல்லாம் உயர்வுள்ளல்' என்று திருவள்ளுவர் சொன்னதுபோல், வானளவுக்குப் பெரிய கனவுகளாகக் காணலாம். அதுவும் ஒன்று, இரண்டு இல்லை, லட்சம் கனவுகளைக் காணலாம். அதன்பிறகு, மூச்சுக் காற்றைப்போல் முயற்சியைத் துணையாக்கிக்கொண்டு, நம்மை வெல்ல யாருமில்லை என்கிற நம்பிக்கையோடும் மன உறுதியோடும் உழைத்தால் எப்பேர்ப்பட்ட கனவும் உண்மையாகும்.

'வானம் அளவு யோசிப்போம்,
முயற்சி என்ற ஒன்றைமட்டும்

மூச்சுபோலச் சுவாசிப்போம்.

லட்சம் கனவு கண்ணோடு,

லட்சியங்கள் நெஞ்சோடு,

உன்னை வெல்ல யாருமில்லை,

உறுதியோடு போராடு.'

மனதைக் கீறி இலக்குகளை விதையாகப் போட்டால், அவை வளர்ந்து மரமாகின்றன. ஆனால், அந்த வளர்ச்சி எளிதாக இருக்கப்போவதில்லை. உண்மையான செடியோ, மரமோ பல துன்பங்களை எதிர்கொண்டு வளர்வதுபோல் நாமும் பல சறுக்கல்களைச் சந்தித்து, சமாளித்துத்தான் முன்னேறவேண்டும். அந்தப் பயணத்தில் நாம் சந்திக்கும் அவமானங்கள், தோல்விகளை யெல்லாம் நம் மரத்தைப் பாதிக்க விட்டுவிடக்கூடாது, தடைக்கற்களைப் படிக்கற்களாக ஆக்கிக்கொள்ளவேண்டும், அவற்றையே நம் வளர்ச்சிக்கு உரமாக்கிக்கொள்ளவேண்டும்.

ஏனெனில், தோல்வி என்றென்றும் தொடரப்போவதில்லை. அதுதான் வெற்றிக்கான முதல் படி. நம்முடைய தீர்மானத்தில் நாம் தெளிவாக இருந்தால், என்றேனும் ஒருநாள் வானத்தையும் வென்றுவிடலாம்.

'மனிதா, உன் மனதைக் கீறி

விதை போடு,

மரமாகும்.

அவமானம், படுதோல்வி

எல்லாமே உரமாகும்.

தோல்வியின்றி வரலாறா?

துக்கம் என்ன என் தோழா?

ஒரு முடிவிருந்தால்,

அதில் தெளிவிருந்தால்,

அந்த வானம் வசமாகும்.'

★★★

14. நல்லவர் என்றும் கெடுவதில்லை!

உங்களுக்கு ஆன்ட்ரோக்ளெஸ்ஸைத் தெரியுமா?

பெரும்பாலானோர் இந்தப் பெயரைக் கேள்விப்பட்டிருக்க மாட்டார்கள். அந்த நபரையும் அவர்களுக்குத் தெரிந்திருக்காது. ஆனால், அவருடைய கதையைக் கேட்டால், ‘ஓ! ஆமா, ஆமா, இவரைமாதிரி நான் ஏழெட்டுப் பேரைப் பார்த்திருக்கேன்’ என்று தலையாட்டுவார்கள்.

இந்த ஆன்ட்ரோக்ளெஸ் அந்தக் காலத்தில், அதாவது, மனிதர்கள் கொத்தடிமைகளாக விற்கப்படும் பழக்கம் இருந்தபோது வாழ்ந்தவர். யாரிடமோ அடிமைப்பட்டுக் கிடக்கிறார், எப்படியோ தன்னுடைய முதலாளியிடமிருந்து தப்பித்து ஒரு காட்டுக்குள் ஓடி வருகிறார், அங்கிருந்த ஒரு குகைக்குள் நுழைந்து உயிர் பிழைக்கிறார்.

அவருடைய கெட்ட நேரம், அந்தக் குகையில் ஒரு சிங்கம் இருக்கிறது.

ம்ஹூம், கெட்ட நேரம் இல்லை, நல்ல நேரம். அந்தச் சிங்கத்தின் காலில் ஒரு பெரிய முள் குத்தியிருக்கிறது. அதனால் சிங்கம் எழமுடியாமல் விழுந்து கிடக்கிறது.

இப்படியொரு சூழ்நிலையில் ஆன்ட்ரோக்ளெஸ் உடனடியாக அங்கிருந்து ஓடியிருக்கவேண்டும். ஆனால், அவர் ஓடவில்லை, சிங்கத்தை நெருங்குகிறார், அதன் காலில் குத்தியிருந்த முள்ளை நீக்குகிறார். சிங்கம் அவருக்கு நன்றி சொல்கிறது.

சில ஆண்டுகளுக்குப்பிறகு, ஆன்ட்ரோக்ளெஸ் வேறொரு சிக்கலில் மாட்டிக்கொள்கிறார். 'இவனைப் பிடித்துச் சிங்கக் கூண்டில் தள்ளுங்கள்' என்று ஆணையிடுகிறார் அந்த நாட்டு அரசர்.

ஆனால், மீண்டும் ஆன்ட்ரோக்ளெஸ்ஸின் நல்ல நேரம், அந்தக் கூண்டில் இருந்த சிங்கம், முன்பு குகையில் அவர் மருத்துவம் பார்த்த அதே சிங்கம்தான். அது அவரைத் தின்னவில்லை, நன்றியுடன் அவருடைய காலடியில் அமர்கிறது.

இதைப் பார்த்த அரசர் திகைத்துப்போகிறார், நடந்ததையெல்லாம் தெரிந்துகொண்டு ஆன்ட்ரோக்ளெஸ்ஸை மன்னித்து விடுதலை செய்துவிடுகிறார்.

இந்தக் கதை இரண்டாம் நூற்றாண்டிலிருந்து இன்றுவரை வெவ்வேறு பெயர்களில், வெவ்வேறு களங்களில் விதவிதமாகச் சொல்லப்பட்டுவருகிறது. தகவல்கள் முன்னால் பின்னால் மாறினாலும், இந்தக் கதைகள் அனைத்தும் ஒரே மைய இழையிலிருந்து முளைக்கிறவைதான்: நாம் இன்றைக்கு ஒருவருக்கு உதவி செய்தால், நாளைக்கு அதே உதவி வேறொரு விதத்தில் நமக்குத் திரும்பி வரும்.

கிட்டத்தட்ட இரண்டாயிரம் ஆண்டுகளுக்குப்பிறகும் இந்தக் கதை நம் உள்ளத்தைத் தொடுகிறது என்றால், அப்படிப்பட்ட எடுத்துக்காட்டுகளை நாம் எங்கும் பார்த்துக்கொண்டிருப்பதால்தான். உலகத்தின்மீது நம்பிக்கை இழக்கிற நேரங்களில் நம் வாழ்க்கையை நாமே சற்றுத் திரும்பிப் பார்த்தால் எத்தனை சிங்கங்களுக்கு நாம் உதவியிருக்கிறோம், அதன்பிறகு எத்தனை சிங்கங்கள் (அல்லது புலிகள், அல்லது மான்கள்) நமக்கு உதவின என்பது தெரியும், கசப்புணர்ச்சி குறையும்.

மனிதனாகப் பிறக்கிற ஒவ்வொருவருக்கும் பிறருக்கு உதவும் கடமை இருக்கிறது என்பதை நம்புகிறவர்கள் எத்தனை நெருக்கடியிலும் மற்றவர்களுக்குக் கை கொடுக்கிறார்கள். அது தங்களுக்குத் திரும்பி வருமா என்றெல்லாம் அவர்கள் கணக்குப் பார்ப்பதில்லை. எனினும், இயற்கை அந்தக் கணக்குகளைக் கவனித்துக்கொள்கிறது. இந்த அடிப்படை நம்பிக்கைதான் சமூக வாழ்க்கையின் வேராக இருக்கிறது.

ஒருவேளை, அக்கம்பக்கத்தில் உள்ளவர்கள் நமக்கு உதவாவிட்டால்?

அதைவிட மோசம், நமக்குத் துரோகம் செய்து முதுகில் குத்தி விட்டால்?

அப்போதும் நாம் தர்மத்தின் வழியிலிருந்து விலகக்கூடாது. ஏனெனில், எப்பேர்ப்பட்ட துன்பத்திலிருந்தும் நம்மைக் காக்கக்கூடிய மிகப் பெரிய தடுப்பு மருந்து, பிறருக்கு உதவுவதுதான் என்கிறது கே. வி. மகாதேவன் இசையில் கண்ணதாசன் வரிகளில் டி.எம். சௌந்தர்ராஜன் பாடுகிற இந்தப் பாடல்:

'செய்த தர்மம் தலை காக்கும்,
தக்க சமயத்தில் உயிர் காக்கும்.
கூட இருந்தே குழி பறித்தாலும்
கொடுத்தது காத்து நிற்கும்.'

சிக்கல்கள் இல்லாத வாழ்க்கை இல்லை. பல நேரங்களில் அவை ஒன்றன்மீது ஒன்றாக ஏறிக்கொண்டு ஒரு பெரிய மலையைப்போல் எதிரில் நிற்கும். அதன்மீது ஏறிச் செல்வதும் இயலாது, உடைத்து எறியவும் நமக்கு வலிமை போதாது என்று சோர்ந்துபோவோம்.

அப்போது, 'நாம் யாருக்கும் கெடுதல் செய்ததில்லை. சொல்லப் போனால், பலருக்கு உதவிதான் செய்திருக்கிறோம்' என்கிற எண்ணம் உள்ளுக்குள் தோன்றும். சற்றுத் துணிச்சலுடன் அந்த மலையை நெருங்கி ஏற முயல்வோம்.

மறுகணம், அங்கு மலை இருக்காது. சூரியக் கதிர்கள் பாயத் தொடங்கியதும் பனிமூட்டம் விலகிவிடுவதைப்போல் நம்மை அச்சுறுத்திய சிக்கல் காணாமல் போயிருக்கும். அதை மலையாக நினைத்துக்கொண்டது நம் மனக் குழப்பம்தான் என்று உணர்ந்து மகிழ்வோடு முன்னேறுவோம்.

இன்னும் சில நேரங்களில், சுற்றியிருக்கிற மனிதர்களே நம் முன்னேற்றத்துக்குத் தடை போடுவார்கள், நாம் திகைத்து நிற்பதைப் பார்த்துக் கைகொட்டிச் சிரிப்பார்கள், உதவ மறுப்பார்கள்.

அப்போதும் தர்மம் நமக்கு உதவும் என்கிற எண்ணம்தான் நம்மை முன்னால் செலுத்தும். அந்தத் தடைகளையும் மீறி நம்மால் வளரமுடியும்.

இப்படி நாம் நெடுந்தொலைவு வந்தபிறகு, முன்பு நமக்குத் தடை போட்டவர்கள் தாங்களே நம் காலில் வந்து விழுவார்கள்,

மன்னிப்பு கேட்பார்கள். அதுதான் அறத்தின் வெற்றி.

'மலைபோலே வரும் சோதனை யாவும்
பனிபோல் நீங்கிவிடும்,
நம்மை வாழவிடாதவர் வந்து நம் வாசலில்
வணங்கிடவைத்துவிடும்.'

ஆங்கிலத்தில் *Abundance Mindset* என்கிற ஓர் அழகான பயன்பாடு இருக்கிறது. இதைத் தமிழில் 'மிகுதி மனநிலை' என்று மொழிபெயர்க்கலாம். இதன் பொருள், இவ்வுலகில் எந்தப் பற்றாக்குறையும் இல்லை. எல்லா வளங்களும் மிகுதியாக இருக்கின்றன. இவற்றை யாரும் அள்ளிக்கொள்ளலாம், பயன் பெறலாம். அவனுக்குக் கிடைத்தால் நமக்குக் கிடைக்காதோ என்றெல்லாம் அஞ்சவேண்டியதில்லை. அனைவருக்கும் போதுமானவை இங்கு உண்டு.

இந்த மனநிலையோடு சிந்திக்கிறவர்கள் பிறரைத் தங்களுக்குப் போட்டியாக நினைப்பதில்லை, அவர்களுக்கு உதவினால் தங்களிடம் உள்ளது குறைந்துவிடுமோ என்று தயங்குவதில்லை, எதையும் அள்ளிக்கொடுத்து மகிழ்கிறார்கள்.

உண்மையில், இப்படி அள்ளிக் கொடுக்கிறவர்களிடம் செல்வம் மேலும் மேலும் சேர்கிறது, 'என்னைக் கொண்டு இன்னும் பலருக்கு உதவு' என்று மகிழ்ச்சியுடன் சொல்கிறது.

இவ்வுலகில் உள்ள நன்னெறி நூல்கள் அனைத்தையும் தொகுத்துப் பார்த்தால் அவற்றின் சாரம் இதுதான்: நல்லவன் எப்போதும் கெட்டுப்போவதில்லை. அதனால், யார் என்ன சொன்னாலும் சரி, சுற்றியிருக்கும் சூழல் எப்படிப்பட்ட மயக்கத்தை உண்டாக்கினாலும் சரி, சிறிதும் தயங்காமல் தர்மம் செய்க!

'அள்ளிக்கொடுத்து வாழ்பவன் நெஞ்சில்
ஆனந்தப் பூந்தோப்பு,
வாழ்வில் நல்லவர் என்றும் கெடுவதில்லை,
இது நான்குமறைத் தீர்ப்பு.'

★★★

15. உனக்குள் இருக்கும் உன்னை நம்பி...

கணக்கு வகுப்பு. பேராசிரியர் மும்முரமாகப் பாடம் நடத்திக்கொண்டிருந்தார். பெரும்பாலான மாணவர்கள் ஆர்வத்துடன் கேட்டுக்கொண்டிருந்தார்கள். ஓரிருவர் தூக்கக் கலக்கத்தில் சொக்கி விழுந்துகொண்டிருந்தார்கள்.

அப்படித் தூங்கிப்போன மாணவர்களில் ஒருவர் திடீரென்று விழித்துக்கொண்டார், திருதிருவென்று விழித்தபடி சுற்றிலும் பார்த்தார். தான் வகுப்புக்கு நடுவில் தூங்கிப்போனதை யாராவது கவனித்துவிட்டார்களோ என்று அவருக்குக் கூச்சமாக இருந்தது. அதனால், சுறுசுறுப்பான மாணவரைப்போல் நடித்தார் அவர், கரும்பலகையில் ஆசிரியர் எழுதியிருந்த கணக்கைத் தன்னுடைய குறிப்பேட்டில் எழுதிக்கொண்டார்.

அத்துடன் அந்த வகுப்பு நிறைவடைந்தது. பேராசிரியர் வெளியேறிவிட்டார்.

தூங்குமூஞ்சி மாணவருக்கு ஒன்றும் புரியவில்லை, 'பேராசிரியர் ஏன் இந்தக் கணக்குக்கு விடையைச் சொல்லவில்லை?' என்று குழம்பினார். அதன்பிறகு, 'அப்படியானால், இந்தக் கணக்குதான் அவர் நமக்குக் கொடுத்திருக்கிற வீட்டுப்பாடமாக இருக்கும்' என்று நினைத்துக்கொண்டார் அவர்.

அன்று இரவு, அவர் அந்தக் கணக்கை எடுத்துவைத்துக்கொண்டு உட்கார்ந்தார். அது சற்றுக் கடினமாகத்தான் இருந்தது.

என்றாலும், சில மணிநேரம் போராடி அந்தக் கணக்குக்கு விடை கண்டுபிடித்துவிட்டார் அவர்.

மறுநாள், அதே கணக்கு வகுப்பு, அதே பேராசிரியர், அவரிடம் தன்னுடைய கணக்கையும் விடையையும் காண்பித்தார் அந்த மாணவர்.

அதைக் கண்டதும் அந்தப் பேராசிரியர் திகைத்துப்போனார், 'இது நூறு ஆண்டுகளாகப் பல அறிஞர்களால் தீர்க்கப்படாத மிகக் கடினமான கணக்கு. அதைத்தான் நேற்றைய வகுப்பில் விளக்கிக்கொண்டிருந்தேன். ஆனால், நீ எப்படி இதை இவ்வளவு எளிதாகத் தீர்த்துவிட்டாய்?' என்று கேட்டார்.

அந்த மாணவர் சிரித்தபடி சொன்னார், 'ஐயா, இது பல அறிஞர்களால் தீர்க்கப்படாத கடினமான கணக்கு என்று எனக்குத் தெரியாது. இது நீங்கள் எங்களுக்குக் கொடுத்த வீட்டுப்பாடம் என்றுதான் நினைத்தேன். அதனால், இதை என்னால் தீர்க்கமுடியும் என்கிற நம்பிக்கை இருந்தது. அந்த நம்பிக்கையின் வெளிச்சத்தில் என்னுடைய சிற்றறிவைப் பயன்படுத்திக் கணக்கைத் தீர்த்துவிட்டேன்!'

மனிதனின் கை, கால், மூளை போன்றவற்றின் வலிமை கால் பங்கு என்றால், இதையெல்லாம் பயன்படுத்தி நம்மால் சாதிக்கமுடியும், பல செயல்களைச் சிறப்பாகச் செய்யமுடியும் என்று அவனுக்குள் உண்டாகிற ஊக்கமும் நம்பிக்கையும் முக்கால் பங்கு வலிமையைக் கூட்டுகின்றன. அந்த ஊக்கம் இல்லாதபோது, எப்பேர்ப்பட்ட திறமையும் பலனளிப்பதில்லை.

அதனால், 'என்னால் இது முடியுமா?' என்று சோர்ந்திருக்கிற எவருக்கும் நாம் செய்யக்கூடிய மிகப் பெரிய நன்மை, 'கண்டிப்பாக உன்னால் முடியும், நீ உன்னை நம்பு' என்று ஊக்குவிப்பதுதான். அந்த நம்பிக்கை பிறந்துவிட்டால், கைப்பிடியளவு ஊக்கம் இருக்கிறவனும் கடலை அளந்துவிடுவான். புலமைப்பித்தன் வரிகளில் இளையராஜா இசையில் எஸ்.பி. பாலசுப்ரமணியம் குரலில் ஒலிக்கும் இந்தப் பாடல் அந்தச் செய்தியைத்தான் நம் மனத்தில் அழுத்தமாகப் பதியவைக்கிறது, எப்போதும் நம்மோடு கூட வந்து வழிகாட்டுகிறது:

'உன்னால் முடியும் தம்பி,

உனக்குள் இருக்கும் உன்னை நம்பித்

தோளை உயர்த்து,

தூங்கி விழும் நாட்டை எழுப்பு,

எதையும் முடிக்கும் இதயம் உன்னில் கண்டேன்.'

நம்பிக்கை இருந்துவிட்டால் எதையும் முடிக்கலாம் என்றால், திறமையே தேவையில்லையா?

இங்கு யாரும் எல்லாத் திறமைகளுடனும் பிறப்பதில்லை. எல்லாம் வளர்த்துக்கொள்ளக்கூடிய திறமைகள்தான். அவற்றை வளர்ப்பதற்குத் தன்னம்பிக்கை என்கிற வளமான நிலம் தேவைப்படுகிறது.

தொழில் உலகில் *'unlearning and learning'* என்கிற கலையை மிகப்பெரிய வாழ்வியல் திறன் என்கிறார்கள். அதாவது, பழையன கழிதலும், புதியன புகுதலும்: எப்போதும் ஒன்றையே பிடித்துத் தொங்கிக்கொண்டிருக்கக்கூடாது; நாம் ஏற்கெனவே கற்றுக்கொண்ட, ஆனால் இனி தேவையில்லாத திறன்களை மறக்கவேண்டும்; இனி தேவைப்படப்போகிற புதிய திறன்களை விரைவாகக் கற்றுக்கொள்ளவேண்டும்.

இதன் பொருள், சில திறமைகள் கல்வெட்டுகளாக இருந்தாலும், பெரும்பாலான திறமைகள் அழித்து அழித்து எழுதுகிற கைப்பலகைதான். நம்மால் எதையும் கற்றுக்கொள்ள இயலும் என்கிற நம்பிக்கையின் துணையோடு படிக்கும்போது யாரும் தலைவராகலாம், வரலாற்றில் இடம்பிடிக்கலாம்:

'நாளைய நாட்டின் தலைவனும் நீயே,

நம்பிக்கை கொண்டு வருவாயே,

உனக்கென ஒரு சரித்திரமே எழுதும் காலம் உண்டு.'

ஆனால், எல்லாருடைய எதிர்காலமும் முழுக்க முழுக்க அவர்களுடைய கையில்மட்டும் இருப்பதில்லை. ஒருவேளை, அவர்களுடைய குடும்பத்தில் வறுமை நிறைந்திருந்தால்? வீட்டுச் சூழ்நிலை அவர்களைப் படிப்பை நிறுத்திவிட்டு வேலைக்குச் செல்லும்படி தூண்டினால்? அவர்களுக்குத் தேவையான வாய்ப்புகள் அக்கம்பக்கத்தில் கிடைக்காவிட்டால்?

குறிப்பாக, குடிப்பழக்கம் பல குடும்பங்களை நடுத்தெருவுக்குக் கொண்டுவந்திருக்கிறது. நூறு ஆண்டுகளுக்குமுன்பாகக் காந்தியில் தொடங்கிப் பலரும் இதை எதிர்த்துப் போராடியிருக்கிறார்கள். ஆனாலும் அரசாங்கமும் தனியார் நிறுவனங்களுமாக நம் தெருக்களில் சாராய ஆறு ஓடிக்கொண்டுதான் இருக்கிறது. இதைத் தனிநபர்களுடைய உரிமை என்று விட்டுவிடுவதற்கில்லை. அது சமுதாயத்தின், இளைஞர்களின் முன்னேற்றத்தைப் பின்னுக்கிழுக்கிற இரும்புக் குண்டாகச் செயல்படும்போது தடுக்கத்தான் வேண்டும்.

மது விற்ற காசில்தான் கட்சிகள் நடக்கின்றன என்ற நிலையில் நாம் என்ன செய்யமுடியும் என்கிற சோர்வு உண்டாகலாம். அதுபோன்ற தடைகள் வரும்போதுதான் நம்பிக்கை இன்னும் தேவையாகிறது. கிடைக்கின்ற சிறு வாய்ப்புகளையும் பயன்படுத்திக்கொண்டு முன்னேறவேண்டும், இப்படிப்பட்ட சமூகக் கொடுமைகளுக்கு எதிராகவும் போராடவேண்டும் என்ற ஊக்கம் உண்டாகிறது.

> ‘ஆகாய கங்கை காய்ந்தாலும் காயும்,
> சாராய கங்கை காயாதடா.
> ஆள்வோர்கள் போடும் சட்டங்கள் யாவும்
> காசுள்ள பக்கம் பாயாதடா.
> குடிச்சவன் போதையில் நிற்பான்,
> குடும்பத்தை வீதியில் வைப்பான்,
> தடுப்பது யார் என்று கொஞ்சம் நீ கேளடா.
> கள்ளுக்கடைக் காசிலேதாண்டா
> கட்சிக்கொடி ஏறுது, போடா,
> மண்ணோடு போகாமல் நம் நாடு திருந்தச் செய்யோணும்!’

உலகத்தை மாற்றுவதற்குமுன் நாட்டை மாற்றவேண்டும், அதற்குமுன் ஊரை மாற்றவேண்டும், அதற்குமுன் வீதியை, வீட்டை மாற்றவேண்டும், இவை அனைத்துக்கும் முன்பாக, நம்மை மாற்றவேண்டும். அதற்குக் கல்விதான் அடிப்படை. பல துன்பங்களுக்கு நடுவிலும் படிக்கிறவன் தன்னைமட்டும் முன்னேற்றிக்கொள்வதில்லை, தன்னுடைய குடும்பத்தை, ஊரை, சமூகத்தை முன்னெடுத்துச்செல்கிறான். ஒரு திருவிளக்கைப்போல்

செயல்பட்டு இன்னொரு விளக்கை ஏற்றிவைத்துக் கொஞ்சங் கொஞ்சமாக உலகத்தின் இருட்டைப் போக்குகிறான்.

அதனால், எல்லா ஊர்களிலும் பள்ளிக்கூடங்கள் இருக்கவேண்டும், அறிவென்னும் கொடி உயரவேண்டும், அதன் துணையோடு நாம் வானத்தையும் கைப்பற்றிவிடலாம்.

படிப்பு என்பது வெறும் புத்தக அறிவைமட்டும் கொண்டு வருவதில்லை, பல மென்கலைகளையும் பழகுமுறைகளையும் நமக்குக் கற்றுத்தருகிறது. அவை நம்முடைய வளர்ச்சிப் பயணத்தில் துணையாகின்றன.

இன்னொருபக்கம், தனக்காகப் படிப்பது, தனக்காகச் செயல்படுவது என்கிற தனிப்பட்ட எண்ணங்கள் மாறி, அனைவருக்காகவும் செயல்படுகிற உணர்வு வரவேண்டும். அது நம்முடைய சமூகக் கடமை:

'கல்லூரி, பள்ளி இல்லாத ஊரைக்
கையோடு இன்றே தீ மூட்டுவோம்.
கல்லாத பேர்கள் இல்லாத நாடு
நம் நாடு என்றே நாம் மாற்றுவோம்.
இருக்கிற கோவிலை எல்லாம்
படிக்கிற பள்ளிகள் செய்வோம்,
அறிவென்னும் கோபுரம் அங்கே நாம் காணுவோம்.
வானம் உங்கள் கைகளில் உண்டு,
ஞானம் உங்கள் நெஞ்சினில் உண்டு,
நான் என்று எண்ணாமல்
நாம் என்று உறவு கொள்ளணும்!'

★★★

தெளிவான எழுத்தும் ஆழமான ஆய்வும் நிறைந்த நூல்களுக்காகத் தமிழ் வாசகர்களிடையில் நன்கு அறியப்பட்டுள்ள என். சொக்கன் - புனைவு, வாழ்க்கை வரலாறு, நிறுவன வரலாறு, தன்னம்பிக்கை, சிறுவர் இலக்கியம் உள்ளிட்ட துறைகளில் இதுவரை எழுபதுக்கும் மேற்பட்ட நூல்கள், நூற்றுக்கணக்கான கதைகள், கட்டுரைகளை எழுதியுள்ளார். விரிவான ஆய்வுகள், சான்றுகளின் அடிப்படையிலான ஆழமான வரலாற்று நூல்களைத் தமிழில் எழுத இயலும், அவற்றைப் பெரும்பான்மை வாசகர்களுக்குக் கொண்டுசேர்க்கவும் இயலும் என்பதைப் பலமுறை நிரூபித்த எழுத்து வகை இவருடையது.

தமிழ், ஆங்கிலம் ஆகிய இரு மொழிகளிலும் எழுதும் சொக்கனுடைய நூல்கள் ஹிந்தி, கன்னடம், மலையாளம் உள்ளிட்ட பல மொழிகளில் மொழிபெயர்ப்பாகியுள்ளன.

www.ingramcontent.com/pod-product-compliance
Lightning Source LLC
LaVergne TN
LVHW060419051026
849518LV00007B/2625
* 9 7 8 9 3 4 8 4 3 9 7 8 9 *